பௌத்தத் தமிழியல்: செவ்வியல்

தொகுதி-1

முனைவர் சு. மாதவன்

அறம் பதிப்பகம்

பௌத்தத் தமிழியல்: செவ்வியல் (தொகுதி-1)

முனைவர் சு.மாதவன்

உரிமை: ஆசிரியருக்கு

முதல் பதிப்பு: ஆகஸ்ட் 2021

வெளியீடு: அறம் பதிப்பகம்,
3/582, முல்லைத் தெரு, கஸ்தூரிபாய் நகர்,
TNHB எதிரில், முள்ளிப்பட்டு கிராமம் & அஞ்சல்,
ஆரணி வட்டம், திருவண்ணாமலை மாவட்டம் – *632316*
தொடர்புக்கு: *9150724997*
மின்னஞ்சல்: arampublication50@gmail.com

அச்சிட்டோர்: துர்கா பிரிண்டர்ஸ், சென்னை–117

வடிவமைப்பு: ஜீ. முருகன்

பக்கங்கள்: 144

ISBN: 978-93-91480-10-3

Bouththath Thamizhiyal - Sevviyal (Part-1)
Author: Dr.S.Madhavan

First Edition: August, 2021

Published by: Aram Publication
Address: No. 3/582, Mullai street,
Kasthuribai nagar, Mullipattu village & post
Arani Taluk - 632 316
Tiruvannamalai Dt, Tamil nadu

Contact Cell No: 9150724997
e-mail: arampublication50@gmail.com

Printed at: Durga printers, Chennai-117

Pages: 144

படையல்

'உழைப்பின் வியப்புக் குறியீடு'

அம்மா

ஆ. பொட்டு சுப்பிரமணியன்

நினைவுகளுக்காக...

அணிந்துரை

முனைவர் இரா.சந்திரசேகரன்

இயக்குநர், செம்மொழித் தமிழாய்வு மத்திய நிறுவனம்,

சென்னை.

'பௌத்தத் தமிழியல்: செவ்வியல்' என்னும் தலைப்பில் பேரா.சு. மாதவன் அவர்கள் தாம் அவ்வப்போது கருத்தரங்கு களுக்காக எழுதி வெளியிட்ட பௌத்தம் இந்நூல் கீழ்க்காணும் தலைப்புகளை உள்ளடக்கியுள்ளன:

1. தொல்காப்பிய வாகைத் திணையியலில் துறவியர் அறநெறிகள்
2. தமிழ் அறமும் பௌத்த அறமும் – ஓர் அறிமுகம்
3. பௌத்தக் கோட்பாட்டு நோக்கில் சங்க இலக்கியம்
4. தமிழ்ச் செவ்விலக்கியங்களில் பௌத்த வழக்காறுகள்
5. பண்டைக் காலத் தமிழில் பௌத்தச் சிந்தனைகள்
6. தம்மபதமும் திருக்குறளும்
7. தமிழின் முதல் தருக்கவாதி "அறவண அடிகள்" – உலக விருத்த ஆராய்ச்சியை முன்வைத்து
8. மணிமேகலையின் உருவாக்கத்தில் உலகவறவி
9. மணிமேகலை கால பௌத்தம்: முற்கால – பிற்கால நிலைகள்
10. மணிமேகலையில் புத்த பிடிகை – மீட்டுருவாக்கம் – வடிவமைப்பு
11. மணிமேகலையில் பௌத்தப் பக்திநெறி

இவற்றை நாம் மூன்றாக வகைப்படுத்தலாம்:

1. பௌத்தம்–அறிமுகம் (2)

2. சங்க இலக்கியம் (1, 3, 4, 5) மற்றும் திருக்குறள் காட்டும் பௌத்தம் (6)

3. மணிமேகலை காட்டும் பௌத்தம் (7, 8, 9, 10,11)

1. 'தமிழ் அறமும் பௌத்த அறமும் – ஓர் அறிமுகம்' என்னும் இரண்டாம் கட்டுரையில் ஆசிரியர் தமிழ் பௌத்தம் குறித்த அறிமுகம் ஒன்றினை வழங்குகிறார். கீழ்க்கணக்கு நூல்கள் கூறும் அறக்கருத்துகளோடு தம்மபதம் கூறும் கருத்துகளை ஒப்பிடுவதாக இக்கட்டுரை அமைகிறது.

1. வெறுப்புணர்விலிருந்து மீளுதல், 2. மெய்ப்பொருள் காணுதல், 3. ஆசை அறுத்தல், 4. முப்பொருண்மை இயைபு என்னும் நான்கு பொருண்மைகளில் ஆய்ந்துள்ளார். திருக்குறளும் நாலடியாரும் அதிகமாகப் பயன் கொள்ளப்பட்டுள்ளன.

2. சங்க இலக்கியம் காட்டும் பௌத்தம் (கட்டுரை எண்கள் 1, 3, 4, 5,)

தொல்காப்பிய வாகைத்திணையியலில் துறவியர் அறநெறிகள் (1) என்னும் கட்டுரையில் வாகைத்திணை காட்டும் 'வெற்றி' என்னும் பொருண்மையை எடுத்து, அகவாழ்விலும் புறவாழ்விலும் வெற்றி பெறுவதை அது சுட்டுகிறது என்று காட்டி, தொல்காப்பியர் காட்டும் வாகைத்திணைப்பாகுபாடுகளையும் எடுத்துக்காட்டி அதில் வரும் 'நாலிரு வழக்கில் தாபதப் பக்கமும்' என்னும் பாகுபாட்டினை எண்வகை வழக்குடைய 'தாபதர்' என்பதால் அது பௌத்தர்களைக் குறிக்கலாம் என்று கூறுகிறார்.

பௌத்தக்கோட்பாட்டு நோக்கில் சங்க இலக்கியம் (3) என்னும் கட்டுரையில் ஆட்பெயர்கள் எவ்வாறு பௌத்தக் கூறுகளைக் கொண்டுள்ளது என்பதனை விளக்குகிறார். இப்பெயர்களில் சாத்தன் என்னும் பெயர் முக்கிய இடம் பெற்றுள்ளமையினை அறிகிறோம். மேலும் நிலையாமையை வலியுறுத்தும் புறநானூறு 360 பாடலை மேற்கோள்

காட்டி அதில் பௌத்தக்கருத்துகள் இடம்பெற்றுள்ளன என்கிறார். ஔவையாரின் பாடலோடு (புறம் 187) மு.கு. ஜகந்நாதராஜா அவர்கள் தம்மபதம் 98 பாடலினை ஒப்பிட்டு எழுதியுள்ளார். இரண்டும் முழுநிலையில் ஒத்துள்ளமை–யினை அறியமுடிகிறது. அதனையும் ஆசிரியர் எடுத்துச் சான்றுகாட்டுகிறார்.

பத்துப்பாட்டு நூல்களான முல்லைப்பாட்டு, மதுரைக் காஞ்சி, நெடுநல்வாடை, மலைபடுகடாம் முதலிய நூல் களில் காணப்படும் 'பள்ளி' என்னும் சொல்லினையும் எடுத்துக்காட்டி பௌத்தத்தினோடு தொடர்புறுத்துகிறார். பௌத்தத்திற்கு எதிரான மிகவும் காத்திரமான எதிர்ப்புணர்வு சங்க இலக்கியத்தில் இருந்துள்ளது என்பதாகவும் கூறுகிறார்.

தமிழ்ச் செவ்விலக்கியங்களில் பௌத்த வழக்காறுகள் (4) என்னும் தலைப்பிலான கட்டுரை சங்க இலக்கியம் தொடங்கி மணிமேகலை வரையிலான இலக்கியங்களில் பௌத்தம் சார்ந்த கருத்துகள் விரவிக்கிடக்கின்றமையினை ஆசிரியர் விவரித்துள்ளார். மணிமேகலையே இங்கு முக்கிய இடம்பிடித்துள்ளமையினை உணரமுடிகிறது. மணிமேகலை தவிர பிற இலக்கிய வகைமைகளில் பௌத்தம் சார்ந்த வழக்காறுகள் வழிபாட்டுக்குறிப்புகளாகவே உள்ளன என் கிறார். 'சங்க இலக்கியத்தில் பௌத்த வழக்காறுகள் தோன்றி, அற இலக்கியத்தில் வழக்காறுகளாக வளர்ந்து மணிமேகலையில் பௌத்த மெய்யியல், அறவியல் களஞ் சியமாக மிளிர்கிறது' என்கிறார். இக்கட்டுரை மூலம் தமிழகத்தில் பௌத்தத்தின் தோற்றம், வளர்ச்சி, நிலைபேறு முதலியவற்றைப் பதிவுசெய்கிறார்.

பண்டைக்காலத் தமிழில் பௌத்தச் சிந்தனைகள் (5) மேற்கண்ட கட்டுரையின் தொடர்ச்சியாகத் தமிழ்க் காப்பியங்களில் காணலாகும் பௌத்தச் சிந்தனைகள் பற்றி ஆராய்கின்றது. மேலும் தமிழின் முதல் தருக்கவாதி 'அறவண அடிகள்' என்னும்கூற்றினை மணிமேகலைவழி நிறுவுவதாகவும் இக்கட்டுரை அமைகிறது.

தம்மபதமும் திருக்குறளும் (6) என்னும் கட்டுரை தம்மபதக் கருத்துகள் சிலவற்றைத் திருக்குறளோடு ஒப்பிட்டு திருக்

குறளை ஒரு பௌத்த நூலாகக் காட்ட முயற்சிக்கின்றது. 1. இன்னா செய்யாமை, 2. மாசற்றார் கோள், 3. இன்னா செய்யாமையும் சாண்றாண்மையும், 4. இன்னா செய்யாமையும் ஒப்புரவு அறிதலும், 5. மெய்யுணர்தல் என்னும் தலைப்புகளில் இரு நூல்கள் கூறும் அறக்கருத்துகளை ஒப்பிட்டுள்ளார். மேலும் பன்னிரு சார்புநீக்கம் என்னும் பௌத்தக் கோட்பாட்டினையும் சிறப்பாக ஒப்பிட்டு திருக்குறளைப் பௌத்தமயமாக்கும் தம் முயற்சிக்கு அரண்சேர்க்கிறார்.

3. மணிமேகலை காட்டும் பௌத்தம் : (கட்டுரை எண்கள் 7–11)

தமிழின் முதல் தருக்கவாதி 'அறவண அடிகள்' (7) என்னும் கட்டுரை ஏற்கனவே 5 ஆம் கட்டுரையில் சுட்டிக் காட்டப்பட்டுள்ளது. இங்கு விளக்கமாக ஆராயப்பட்டுள்ளது. மணிமேகலையில் இடம்பெற்றுள்ள உலக விருத்த ஆராய்ச்சி என்னும் பௌத்த அளவையியலை முன்வைத்து அறவண அடிகளே முதல் தருக்கவாதி என்று நிறுவப்பட்டுள்ளது.

மணிமேகலையில் இடம்பெறும் 'உலகவறவி' என்னும் சொல்லாடல்/கருத்தாடல் மணிமேகலை உருவாக்கத்தில் முக்கிய இடம்பெறுவதாக ஆசிரியர் கருதுகிறார் (கட்டுரை எண் 8). மணிமேகலையின் 30 காதைகளில் சுமார் 10 காதைகளில் உலகவறவி இடம்பெற்றுள்ளது என்கிறார். இது ஒரு மையப்புள்ளியாகவும் மணிமேகலையின் கதையோட்டத்தினைக் கட்டுப்படுத்தும் சக்தியாகவும் விளங்குவதை ஆசிரியர் விளக்கியுள்ளார்.

மணிமேகலையை மையமாக வைத்து அதற்கு முன்பின் பௌத்தம் என்பதாக ஒரு கட்டுரை ஆசிரியரால் எழுதப்பட்டுள்ளது (கட்டுரை எண் 9). சங்க காலம் தொடங்கித் தற்காலம் வரை 'பௌத்தம்' தொடர்பான இலக்கியங்கள் அனைத்தையும் தொகுக்கும் ஒரு முயற்சியாக இக்கட்டுரை அமைந்துள்ளது. அதனால் இது ஒரு 'தமிழ் பௌத்த இலக்கிய வரலாற்று' முயற்சி எனலாம்.

மணிமேகலையில் புத்த பிடிகை–மீட்டுருவாக்கம்–வடிவமைப்பு (10) என்னும் கட்டுரையில் ஆசிரியர் 'மணி

பல்லவத்துத் துயருற்ற காதை' என்னும் காதையில் காணப் படும் *43–53* மற்றும் *61–63* அடிகளைக்கொண்டு ஒரு புத்த பீடிகையை மீட்டுருவாக்கம் செய்கிறார். அப்பாடலடிகள் மூலம் தாம் கண்டடைந்த பீடிகை குறித்த விவரங்களாக 'உயரம் 3 முழம்; நாலு திசையிலும் அகலம் 9 முழம்; வட்ட வடிவம்; வட்டத்திற்குள் தாமரை மலர்; தாமரை மலருக்குள் அல்லது மலர் முன்பு சதுர வடிவில் ஒரு ஆசனம்; அந்த ஆசனத்தில் தியான நிலையில் புத்தர்; பீடிகை முழுவதும் மாணிக்கத்தால் ஆனது'. இதனை ஒரு விளக்கப்படமாகவும் அவர் கொடுக்க முயற்சித்திருக்கிறார். (பார்க்க: பக்கம் 81).

மணிமேகலையில் பௌத்தப் பக்திநெறி (11) பக்திக்கு அப்பாற்பட்ட பௌத்தம் பிற்காலத்தில் அதனை உள்வாங்கிக் கொண்டது. மணிமேகலையில் சில பகுதிகள் புத்தரின் பாசுரங்களாக அமைந்துள்ளன என்கிறார். (5: 71–79; 5: 98–105; 10: 11–15; 11: 61–70) முதலியவை அப்பாடல் அடிகள் ஆகும்.

பேரா.சு.மாதவன் அவர்கள் தமிழ்ப் பௌத்தம் சார்பாக ஆராய்ந்து எழுதியுள்ள கருத்துகள் இவை ஆகும். தமிழிலக்கிய ஆய்வுலகில் ஒரு பொருள் பற்றிச் சிந்திப்போர் தொகை அருகிக் காணப்படுகிறது. ஆய்வில் ஆழங்காற்பட ஒருதுறை ஆய்வு மிக அவசியமானது. அங்ஙனம் ஆய்வு செய்தாலே நாம் சில உண்மைகளையாவது கண்டு எதிர்கால சந்ததிகளுக்குச் சொல்லமுடியும். பேரா.சு.மாதவன் பௌத்தம் பற்றியே ஒருமித்துச் சிந்தித்திருக்கிறார். அது மிக மகிழ்ச்சியளிப்பது.

அவர் 'பௌத்தத் தமிழ் இலக்கிய வரலாறு' ஒன்று எழுதும் அளவிற்குத் தரவுகளைத் திரட்டியுள்ளார். எதிர்காலத்தில் 'பௌத்தத் தமிழ் இலக்கிய வரலாறு' ஒன்றினை அவர் எழுதுமாறு கேட்டுக்கொள்கிறேன்.

ஆசிரியரின் உழைப்புப் பாராட்டத்தக்கது. முதல்நிலை ஆய்வுத் தரவுகளை ஆய்வதில் ஆசிரியர் அக்கறை எடுத்துக் கொள்ளவேண்டும். பாலி மொழி கற்கவும் முயற்சி செய்ய லாம். அது உலக அளவில் அவரை முன்னேற்றும்.

பௌத்தம் சார்ந்த கருத்தியல்களின் களஞ்சியமாகத் திகழும் இந்த ஆய்வு நூலினை தமிழ் ஆய்வுலகினர் மட்டுமல்லாது

பௌத்தம் சார்ந்து தகவல் அறிய முயலும் பொதுமக்களும் பயன்படுத்தமுடியும் என்று அவர்களுக்கும் நான் பரிந்துரைக் கிறேன்.

முனைவர் இரா. சந்திரசேகரன்

08.08.2020

வாழ்த்துரை

முனைவர் சி.திருச்செல்வம், எம்.காம்.,எம்.ஃபில்., பிஎச்.டி.,
முதல்வர், மாட்சிமை தங்கிய மன்னர் கல்லூரி (தன்னாட்சி)
புதுக்கோட்டை – 622 001

எங்கள் கல்லூரியின் தமிழாய்வுத் துறையில் உதவிப் பேராசிரியராய் 12 ஆண்டுகளாகப் பணியாற்றிவரும் முனைவர் சு.மாதவன் அவர்கள் எழுதியுள்ள 'பௌத்தத் தமிழியல் – செவ்வியல் –1' என்னும் நூலைக் கண்டு பெருமகிழ்ச்சியும் பெருமிதமும் அடைகிறேன். திரு.மாதவன் ஒரு சிறந்த பேரா சிரியர்; சிறந்த ஆய்வாளர் என்பதை உங்களைப் போலவே நானும் அறிவேன்.

இந்த நூலில் 11 கட்டுரைகள் இடம்பெற்றுள்ளன. தற் செயலாக 11 கட்டுரைகள் அமைந்திருந்தபோதிலும் இந்த எண்ணிக்கை செம்மொழிக் கூறுகள் 11 என்ற எண்ணிக்கையை நினைவுறுத்துவதாகஅமைந்துள்ளது. செம்மொழிக்கூறுகளைக் கொண்ட செவ்வியல் இலக்கிய, இலக்கண நூல்கள் 41 என வரையறுக்கப்பட்டுள்ளது. அவற்றுள், தொல்காப்பியம், சங்க இலக்கியங்கள் எனப்படும் பதினெண்மேல்கணக்கு நூல்கள் –18, பதினெண்கீழ்க்கணக்கு நூல்கள் – 18, மணிமேகலை ஆகிய 37 நூல்களுள் பல நூல்களில் இடம்பெறும் பௌத்தக் கூறுகளை இந்த நூலில் வெளிக்கொணர்ந்திருக்கிறார் இந்நூலாசிரியர்.

பாடத்திட்டங்களில் 'நீதிபோதனை' (Moral Instruction) என்பது இருந்தது; இன்று இல்லாமல் போய்விட்டது. இந்தியச் சமூக வரலாற்றில் அறிவு, ஒழுக்கம், சமத்துவம் ஆகியவற்றை முன்னிறுத்திய பௌத்த அறநெறிக் கோட்பாடுகள் என்றும் தேவைப்படுபவை. அந்த வகையில், நீதிபோதனைகளை

நினைவுறுத்தும் பணியாக இந்தக் கட்டுரை மணிகளை அழகுறக் கோத்து அணியாக்கியுள்ளார்.

இல்லற வாழ்வு, சமூக வாழ்வு, துறவற வாழ்வு எல்லா நிலைகளிலும் அறநெறி எனும் ஒழுக்கம் நெறி குறைந்து போயுள்ள இக் காலத்திற்கு மிகவும் தேவையான புத்தரின் சிந்தனைக் கருத்துக்களை நம் தமிழ் இலக்கியங்களிலிருந்து எடுத்துக் காட்டியுள்ள நூலாசிரியரின் அறிவுத் திறனும் உழைப்பும் சமுதாய சிந்தனையும் போற்றத்தக்கவை ஆகும்.

இந்தியக் குடியரசுத் தலைவரின் இளந்தமிழறிஞர் விருது பெற்ற முனைவர் சு.மாதவன் அவர்களின் ஆய்வுப் பேரு ழைப்பை என்றும் போற்றத்தக்க நிலையில் இந்நூலைத் தமிழ்ச் சமூகம் மகிழ்ந்து கொண்டாடும் என்பது என் ஆழ்ந்த நம்பிக்கை.

இந்நூலாசிரியர் மென்மேலும் பற்பல நூல்கள் படைத்து நற்பலன் நல்க நெஞ்சம் நிறைந்து வாழ்த்துகிறேன்.

முனைவர் சி. திருச்செல்வம்

வாழ்த்துரை

முனைவர் சி. சேதுராமன்,
தமிழாய்வுத்துறைத் தலைவர், மாட்சிமை தங்கிய மன்னர் கல்லூரி (த), புதுக்கோட்டை – 622 001

தமிழகத்தில் ஒரு காலகட்டத்தில் புத்தமதம் உன்னத நிலையில் இருந்தது. அது சற்றேறக்குறைய கி.மு. இரண்டாம் நூற்றாண்டுமுதல் கி.பி. பத்தாம் நூற்றாண்டுவரையில் உள்ள காலகட்டம் எனலாம். அதன்பின்னர் கி.பி. 13–ஆம் நூற்றாண் டுக்குப் பின்னர் மறையத் தொடங்கியது. தற்போது புத்தமதம் முற்றிலும் மறைந்துவிட்டது. தமிழக மக்களும் இதனை மறந்துவிட்டனர். தமிழகத்தில் செல்வாக்குப் பெற்றிருந்த புத்தமதம் மொழியிலும் தனது முத்திரையினைப் பதித்துச் சென்றுள்ளது.

புத்தம் தந்த தமிழ்க் கொடை நமக்கு அளப்பரியது. இளம் போதியார், அறவணடிகள், மணிமேகலை, சீத்தலைச் சாத்தனார், சங்கமித்திரர், நாதகுத்தனார், புத்ததத்த தேரர், போதிதருமர், தின்னாகர், தருமபால ஆசாரியர்,ஆசாரிய தருமபாலர், புத்த நந்தி சாரிபுத்தர், வச்சிரபோதி, புத்தமித்திரர், பெருந்தேவனார், தீபாங்கர தேரர், அநுருத்தர், புத்தமித்திரர், மகாகாசிபர், ஆனந்த தேரர் என்று பல புத்தமதப் பெரியார்கள் தமிழகத்தில் வாழ்ந்து தமிழுக்கும் தமிழருக்கும் தொண்டு செய்துள்ளனர். தற்போது தமிழில் கிடைத்துள்ள புத்த நூல்கள் மிகச்சிலவே ஆகும். ஒன்று இலக்கிய நூல். மற்றொன்று இலக்கணமாகும். எஞ்சிய நூல்களின் பெயர்கள் மட்டுமே கிடைக்கப்பெற்றுள்ளன.

கிடைக்கப்பெற்ற நூல்களை ஆராய்ந்தும், ஏற்கனவே உள்ள செவ்வியல் நூல்களை ஆராய்ந்து ‘பௌத்தத் தமிழியல்

செவ்வியல்' என்ற ஆய்வு நூலை எழுதியுள்ளார் முனைவர் சு.மாதவன். தொல்காப்பிய வாகைத் திணையியலில் தொடங்கும் இவரது திறனாய்வு, பௌத்தக் கோட்பாடுகளை சங்க இலக்கியத்தில் பொருத்திப் பார்க்கும் திறன் மிகவும் நேர்த்தியானது. அதிலும் தமிழ்ச் செவ்விலக்கியங்களில் பௌத்த வழக்காறுகளான, நம்பிக்கைகள், வழிபாடுகள், சடங்குகள், நடத்தை நெறிகள் ஆகியவை இடம்பெற்றுள்ள பாங்கினை திருக்குறள், பழமொழி நானூறு, சிலப்பதிகாரம், மணிமேகலை உள்ளிட்ட நூல்களில் இருந்து எடுத்துரைத்திருப்பது அவரின் ஆய்வுத் திறத்தைப் புலப்படுத்துவதாக அமைந்துள்ளது.

ஒப்பீட்டு நோக்கில் திருக்குறளையும் தம்மபதத்தையும் ஆராயும் ஆசிரியர் 'இன்னா செய்யாமையும் மாசற்றார் கோள்' என்பதையும் விளக்கும் இடம் சிறப்பிற்குரியதாக உள்ளது. ''இன்னா செய்யாமையை 'மாசற்றார் கோள்' என்கிறார் வள்ளுவர். காமம், வெகுளி, மயக்கம் என்னும் குற்றங்கள் அற்ற மாசற்றாரின் கொள்கையே 'மாசற்றார் கோள்' எனப்படுகிறது'' (ப.45) என்று விளக்குவது சாலச் சிறந்ததாக அமைகின்றது. மணிமேகலைக் காப்பியத்தில் இடம்பெறும் புத்த மதச் சிந்தனைக் கருத்துக்களை மிகத் தெளிவாக ஆற்று நீரோட்டம் போன்று ஆசிரியர் விளக்கிச் செல்கின்றார்.

தெளிந்த நடை, தேர்ந்த ஆய்வு ஆகியவை மிளிரும் நூலாக இந்நூல் அமைந்திருக்கின்றது. இந்நூலை யாத்தளித்துள்ள என் இளவல், எம் துறைப் பேராசிரியர் முனைவர் சுமாதவன் அவர்களுக்கு இதயம் நிறைந்த பாராட்டுக்கள். பௌத்த அறக்கோட்பாடுகளை ஆய்வு செய்யும் மாணவர்களுக்கு இந்நூல் ஒரு வழிகாட்டியாக அமையும். இதுபோன்ற பல நுண்மாண் நுழைபுல நூல்களை இவரிடமிருந்து மென் மேலும் தமிழ் ஆய்வுலகம் எதிர்பார்க்கின்றது. வாழ்க வளமுடன்!

வாழ்த்துக்களுடன்

சி. சேதுராமன்

என்னுரை

முனைவர் சு. மாதவன்

உதவிப்பேராசியர், தமிழாய்வுத் துறை, மாட்சிமை தங்கிய மன்னர் கல்லூரி (த), புதுக்கோட்டை – 622 001
குடியரசுத் தலைவரின் செம்மொழி விருதுபெற்றவர்
பேசவும் புலனவும்: 9751330855
மின்னஞ்சல்: munaivarsumadhavan@gmail.com
semmozhi2002@gmail.com

தமிழில் இதுவரை வந்த ஆய்வுகளின் ஊடாக ஒரு குறிப்பிட்ட காலகட்டம் வரை (கி.மு.3இல் தொடங்கி கி.பி.11ஆம் நூற்றாண்டு வரை) பௌத்தமும் சமணமும் தமிழகத்தின் வாழ்வியல் சமயங்களாகத் திகழ்ந்தன என்பது தெளிவாகிறது. கி.பி. 11க்குப் பிறகு, கி.பி. 19ஆம் நூற்றாண்டு வரை பௌத்தமும் சமணமும் எங்கே போயின? என்ன ஆயின? என்பதை அறிவதற்கான தடயங்கள் ஏதும் அவ்வளவாகக் கிடைக்கவில்லை. அதேபோல், கி.மு.1– கி.பி.6 ஆம் நூற்றாண்டுகளில் பதினெண் கீழ்க்கணக்கும் காப்பியங்களும் தோன்றின. ஆனால், அவை தோன்றிய காலகட்டத்தில் சமூக, சமய, அரசியல் சூழல்கள் எவ்வாறிருந்தன என்பதைத் தெரிவிக்கும் சான்றுகள் ஏதும் கிடைக்கவில்லை. அதனாலேயே, அந்தக் காலத்தை 'இருண்டகாலம்' என்றனர். ஏறத்தாழ 4,5 நூற்றாண்டுகளில் தோன்றிய இலக்கியங்கள் அக்காலச் சூழல், அறிவார்ந்த – அறமார்ந்த போதனையும் உரையாடலும் நிறைந்திருந்தனவாக இருந்தன.

உலக இலக்கிய மரபுகளில் 400, 500 ஆண்டுகள் அறம் பேசப்பட்ட மரபுகள் ஏதேனும் உள்ளனவாக இருந்தனவாக புலப்படவில்லை – தமிழ் அற, காப்பிய இலக்கிய மரபைத் தவிர. அப்படியானால், அவை தோன்றுவதற்கு முன்பாக எத்தனை நூற்றாண்டுகளாகப் பௌத்தமும் சமணமும் பகிரப் பட்டன என்பதை ஓரளவு அறியலாம்.

இத்தகை நோக்குநிலையிலிருந்து அவ்வக் காலகட்டங் களில் என்னால் எழுதப்பட்ட 11 கட்டுரைகளைத் தொகுத்து உலகுக்குத் தரும் பணியை நான் தொடங்கி இரண்டு ஆண்டுகள் ஆகிவிட்டன.

எந்த ஒரு இலக்கியப் பனுவலைப் படித்தாலும் என் முதல் தேடல், இப் பனுவலில் பௌத்தமோ சமணமோ ஊடோடி, உயிரோடி உள்ளனவா என்று நோக்கும் இயல்பு என் இயல்பாய் ஆனது. அதற்காக வரிந்துகட்டிக் கொண்டு வம்பிடியாய்க் கற்பிதமாய் ஆய்வை நிகழ்த்தும் மனப்பாங்கோடு நான் நோக்கவில்லை.

இன்றைய காலம் இணையவழித் தேடல்களைத் தொகுத்துப் பகுத்து நூலாக்கும் திருட்டுச் சேவைகள் கணிசமான பேரால் நிகழ்த்தப்பட்டுக்கொண்டிருக்கிறது. ‘நெட்டு சுட்டு, வெட்டு ஒட்டு’ எனச் சிலர் நூல்கள் படைத்து வருவதைத் தமிழுலகம் நன்கறியும். ஒருவகையில், மாணவர்கள் ஒப்படைப்பு எழுதுவதற்கும் இவர்கள் ஆய்வுக் கட்டுரை/நூல் எழுதுவதற்கும் பாரதூரமான இடைவெளி ஏதும் இல்லை.

தூது பார்த்து ஒரு தூது, உலாப் பார்த்து ஒரு உலா, கலம்பகம் பார்த்து ஒரு கலம்பகம்ஞ் படைக்கும் காலமாகச் சிற்றிலக்கிய காலத்தைத் தொடர்ந்துவந்த காலம் இருந்தது. அதேபோல், இலக்கிய வரலாறு பார்த்து ஒரு இலக்கிய வரலாறு, திருக்குறள் உரைபார்த்து ஒரு திருக்குறள் உரை என அறிவுலகம் சென்றுகொண்டிருப்பதையும் காணத்தானே செய்கிறோம்.

இப்படியான சூழலில், ஏதேனும் ஒரு புதிய ஆய்வு முடிவையாவது கண்டு கட்டுரையோ /நூலோ எழுத வேண்டும் என்பது என் அவா/ முயற்சி. இந்த முயற்சியின் விளைவே இந்நூலாகும்.

இந்த நூலைத் தொடர்ந்து, இதே தலைப்புகளில் நூலாக்கப் பணிகளைச் செய்வது என எண்ணியிருக்கிறேன். இந்நூலில் இடம்பெற்றுள்ள கட்டுரைகள் பல்வேறு காலத்தில் பல் வேறு தேவைகளுக்காக எழுதப்பட்டவை. அவை பற்றிய குறிப்புகளை ஒவ்வொரு கட்டுரையின் நிறைவிலும் கொடுத் திருக்கிறேன்; காண்பார், காண்பாராக!

முதுகலைத் தமிழ் முடித்ததும் தத்துவத்துறையில் ஆய்வு செய்ய விரும்பிய எனக்கு எம்.ஃபில்., பிஎச்.டி., இரண்டிற்கும் ஈடிணையில்லா நெறியாளராய்த் திகழ்ந்த பேராசியரிர் முனைவர் க.குளத்தூரான், ஆய்வு மேற்கொண்டிருந்த காலத் தில் பொருளாதார நெருக்கடியால் இடைவிலகல் ஆகிவிடு வேனோ என்று திக்குமுக்காடிக் கொண்டிருந்த எனக்குத் தனது யுஜிசி ஆய்வுப் பெருந்திட்டத்தில் ஆய்வுத் தகைமை யாளராய்ப் பணியாற்ற வாய்ப்பளித்த பேராசிரியர் முனைவர் க.நெடுஞ்செழியன் ஆகிய இருவருக்கும், நான் தரவேண்டிய நன்றிக்கடனை அறநெறிகளில் வாழ்வதன்மூலம் என் வாழ்நாள் முழுவதும் அடைக்க முயல்கிறேன்.

ஏறத்தாழ, 2000த்தில் தொடங்கி இந்த 2021 வரை – இருபதாண்டுகளில் எழுதிய கட்டுரைகளில் பௌத்தச் செவ்வியல் கட்டுரைகளைத் தனியே தொகுத்து “பௌத்தத் தமிழியல் – செவ்வியல் –1” என்று வெளியிட முயன்ற என் முயற்சிக்குத் தன் அறிவாண்மையால் அணிந்துரை அளித்த செம்மொழித் தமிழாய்வு நடுவண் நிறுவன இயக்குநர் அன்பு நண்பர் முனைவர் இரா.சந்திசேகரன், வாழ்த்துரை வழங்கிய மா.மன்னர் கல்லூரி முதல்வர் சி.திருச்செல்வம், தமிழாய்வுத் துறைத் தலைவர் முனைவர் சி.சேதுராமன் ஆகிய மூவருக்கும் என் நெஞ்சம் நிறைந்த நன்றியைத் தெரிவித்துக் கொள்கிறேன்.

இந்தக் கட்டுரைகளை எழுதவைத்த, கருத்தரங்கம்/பயி லரங்கம்/மாநாடுகளின் ஒருங்கிணைப்பாளர்கள் ஒவ்வொரு வரும் நன்றிக்குரியவர்களாவர். ஒவ்வொரு கட்டுரைக்காகவும் நூல்களை வாங்கிப் படித்து கட்டுரை எழுதும் பணியைச் செவ்வனே செய்ய ‘வெளி’யும் ‘வளி’யும் தந்தவர் என் இல்லற இணை முனைவர் அ.விமலா, நூலக அறைக்குள் புகுந்து படித்து எழுதும் எல்லாக் காலங்களிலும்

அப்பாவுக்குத் தொந்தரவு செய்யாமல் வழிதந்தவர்கள் என் மும்மணிப் பெண்மணிக் குழந்தைகள் வி.மா.செம்மொழி, வி.ம.செந்நிலா, வி.மா.செங்கதிர் செவ்வியாழ் ஆகியோருக்கு நான் நன்றி சொல்வதற்குத் தூரத்துச் சொந்தங்களல்லவே?!

கடந்த ஐந்து ஆண்டுகளாகத் தொடர்ந்து என்னுடைய நூல்களை வெளியிட வேண்டும் என்ற தீராத ஆர்வத்தோடு என்னை முடுக்கிவிட்டு இதைத் தயார்செய்ய வைத்து தன்னுடைய அறம் பதிப்பகத்தின் மூலம் வெளியிடுகிற பௌத்த அன்பர் புத்த கயாவில் வாழும் போற்றுதலுக்குரிய திரு மா.அமரேசன் அவர்களுக்கு இந்த நூல் என்றும் நன்றியை வெளிப்படுத்தும்.

இந்த நூலை இரண்டு ஆண்டுகளாக, நான் செதுக்கச் செதுக்க கணினியாக்கம் செய்து மெய்ப்புத் திருத்தி உதவிய நியூ நவீன் கணினியகத்திற்கும் அதன் உரிமையாளர் திரு.சி.பழனிராஜ் அவர்களுக்கும் என் நெஞ்சார்ந்த நன்றி!

முனைவர் சு.மாதவன்

பதிப்புரை

மாட்சிமைத் தாங்கிய மன்னர் கல்லூரி, புதுக்கோட்டையில் உதவிப் பேராசிரியராகப் பணியாற்றிக்கொண்டிருக்கும் அய்யா சு. மாதவன் அவர்கள், தமிழ்நாடு நன்கு அறிந்த புத்தநெறி ஆய்வாளர். அவருடைய முனைவர் பட்ட ஆய்வேடும் புத்தநெறி சார்ந்ததே. அவர் பங்கேற்கும் கருத்தரங்குகள், பணிபட்டறை, மேடை, உரை என எல்லாவற்றிலும் புத்தநெறி குறித்து புதியப் புதியத் தகவல்களைச் சொல்லிச் செல்வார்.

தமிழ் சூழலில், பௌத்தம் குறித்த பல உண்மைகளை இப்புத்தகத்தின் வாயிலாக வெளிக்கொண்டுவந்துள்ளார். புத்தநெறிக்கு எதிரான ஒரு காத்திரமான பகையுணர்வு சங்க இலக்கியத்திலும் அவற்றுக்கு உரையெழுதியவர்களுக்கும் இருந்திருக்கின்றது என்பதையும் இந்நூலை படிக்கும் போது கண்டுகொள்கிறோம்.

திருக்குறளை தம்மபதத்தோடு ஒப்பிடுவதும், மணி மேகலைக் குறித்த ஆய்வுகளும் மிகப் புதிது. பௌத்த செவ்வியல் புத்தகம் முதல் பாகம் இது. அடுத்த பாகங்களை விரைவாக கொடுப்பார் என வாசகர்களைப் போலவே நானும் காத்திருக்கின்றேன்.

இந்தப் புத்தகத்தை தமிழ் சூழலுக்கு அறிமுகப் படுத்துவதில் அறம் பதிப்பகம் பெருமை கொள்கின்றது. இதைச் சிறப்பாக வடிவமைத்துத் தந்த தோழர் ஜீ. முருகனுக்கு எனது நன்றி. அச்சிட்ட துர்கா பிரிண்டர்ஸ்க்கும் நெஞ்சார்ந்த நன்றி. பதிப்புத் துறையில் செயல்பட வாய்ப்பளித்துக்கொண்டிருக்கும் பிரபஞ் சத்துக்கும் அருட்பேராற்றலுக்கும் நன்றி.

அறம் பதிப்பகத்துக்காக,

மா. அமரேசன்

ஆரணி, *15.08.2021*

பொருளடக்கம்

அணிந்துரை 4

வாழ்த்துரை..10

வாழத்துரை..12

என்னுரை 14

பதிப்புரை..18

1. தொல்காப்பிய வாகைத்திணையியலில் துறவியர் அறநெறிகள்..21

2. தமிழ் அறமும் பௌத்த அறமும் – ஓர் அறிமுகம் 30

3. பௌத்தக் கோட்பாட்டு நோக்கில் சங்க இலக்கியம்... 36

4. தமிழ்ச் செவ்விலக்கியங்களில் பௌத்த வழக்காறுகள் 53

5. பண்டைக் காலத் தமிழில் பௌத்தச் சிந்தனைகள் 71

6. தம்மபதமும் திருக்குறளும் 86

7. தமிழின் முதல் தருக்கவாதி "அறவண அடிகள்" – உலக விருத்த ஆராய்ச்சியை முன்வைத்து 101

8. மணிமேகலை உருவாக்கத்தில் உலகவறவி 110

9. மணிமேகலை கால பௌத்தம் : முற்கால – பிற்கால நிலைகள்..117

10. மணிமேகலையில் புத்த பீடிகை – மீட்டுருவாக்கம் – வடிவமைப்பு 126

11. மணிமேகலையில் பௌத்தப் பக்திநெறி................132

நன்றி! நன்றி!! நன்றி!!!

முனைவர் மு.கலைவேந்தன்

முனைவர் இரா.திராவிடராணி

முனைவர் விவேகானந்த கோபால்

முனைவர் பாலசுப்பிரமணியன்

'பௌத்த உபாசகர்' இ.அன்பன்

முனைவர் தெ.திருஞானமூர்த்தி

'முத்துக்கமலம்' மு.சுப்பிரமணி

முனைவர் மு.பழனியப்பன்

முனைவர் வே.லதா

முனைவர் ஈரோடு தமிழன்பன்

முனைவர் வ.ஜெயதேவன்

முனைவர் பன்னிருகை வேலன்

முனைவர் கோ.சந்தான மாரியம்மாள்

1. தொல்காப்பிய வாகைத் திணையியலில் துறவியல் அறநெறிகள்

தமிழரின் அகவாழ்க்கை அகனைத்திணையோடு கைக்கிளை, பெருந்திணை இணைய எழுதிணையின் பாற்படும். புறவாழ்க்கையும் வெட்சி முதலாகப் பாடாண் ஈறாக எழுதிணையின் பாற்படும். 'எழுதிணை' என்ற சொல் 'ஏழுதிணை' என்ற பொருளைத் தருவதோடு எழுந்துவந்த, எழுந்துவருகின்ற எழுந்துவரும் திணை (ஒழுக்கம்) என்ற பிறிதொரு பொருளையும் உட்செரித்துக் கொண்டிருப்பதும் எண்ணத்தகும். இவையிரண்டுமே, அவ்வவற்றின் பண்பாட்டுப் பொருண்மை விரிவுக்கேற்பப் பெருகும் துறைகளைக் கொண்டவை. ஆக மொத்தத்தில், இவை வாழ்வியலின் அறக்கட்டமைப்பு நெறிகள் எனலாம். இவற்றுள், புறத்திணையில் இடம்பெறும் வாகை என்ற திணையும் அதன் விரிவாக்கத் தொகைநிலைகளும் சிறப்பாக, பார்ப்பன வாகை, அறிவன் வாகை, தாபதர் வாகை ஆகியன இக்கட்டுரையின் ஆய்வுமையப் பொருண்மைகளாகின்றன.

வாகை: சொற்பொருண்மைப் பகுப்பும் விரிவாக்கமும்

'வாகை' என்ற சொல், உண்மை, நல்லொழுக்கம், ஒரு மரம், தவம், நலன், மாட்சிமை மிகுதி, முயற்சி, வாகைமாலை, வெற்றி, மரவகை, அகத்தி, வெற்றிமாலை, பண்பு ஆகிய பொருள்படுகின்றன (கழகத் தமிழ் அகராதி:826). இவற்றுள், உண்மை, நல்லொழுக்கம், தவம், மாட்சிமை மிகுதி, வெற்றி, முயற்சி, நலன், பண்பு ஆகிய பொருள்கள் வாகைத்திணையின் தொழிற்படுகூறுகளை வெளிப்படுத்தத்தக்கனவாய் விளங்குகின்றன.

புறத்திணைகளுள் ஒன்றான வாகை அகத்திணைகளுள் ஒன்றான பாலையின் புறனானது. அது கேடில்லாத கோட்பாட்டினையுடைய தத்தமக்குள்ள இயல்பை வேறுபட

மிகுதிப்படுத்தல் என்பர் (தொல். பொருள். இளம்பூரணம், *1998:122*). கேடில்லாத கோட்பாடு என்று வாகைத்திணையின் தொழிற்படுகூறுகள் குறிப்பிடப்படுவதால் அவையாவும் சமூகத்திற்கு ஆக்கம் தருவனவே என்பது உறுதியாகிறது. எனவே, வாகை என்ற சொல்லின் நேரடிப் பொருளான 'வெற்றி' என்பதன் பன்முக வெளிப்பாட்டுக் கூறுகளையே இவை அறிவித்துக் கொண்டுள்ளன என்பதும் அவை ஆக்கத்திற்கான வெற்றிகளே என்பதும் பெறப்படுகிறது. எனவேதான், இவ்வெற்றியும் அகவெற்றி, புறவெற்றி என்ற இரு பரி மாணங்களைக் கொண்டதாக இலங்குகிறது. அகவெற்றி என்பது அகத்தில் உருவாக்கும் தீய வெளிப்பாடுகளுடனான போரினால் அகத்தில் நன்னெறிகளை வளர்த்து அதன் விளைச்சலாய்ப் புறத்திற்குத் தரும் வெற்றி என்பதாக அமை கிறது. புறவெற்றி என்பது நேரடியான வீரவெளிப்பாடு சார்ந்த போரினால் பெறும் வெற்றி என்பதாக அமைகிறது.

எவரொருவர் தான் எண்ணிய எண்ணத்தைச் செயல் வடிவாக்குவதில் அகநிலையிலோ, புறநிலையிலோ வெற்றி பெறுகிறாரோ அவர் தான் ஆக நினைத்ததால் அல்ல; ஆக்க நினைத்ததன் பெயரால் 'வாகை' என்பது இணைந்து வழங்கப் படுகின்றது.

வாகைத்திணையின் பாகுபாடுகளைக் கட்டமைத்துக் கூறும் தொல்காப்பிய நூற்பா வருமாறு:

> **"அறுவகைப் பட்ட பார்ப்பனப் பக்கமும்**
> **ஐவகை மரபின் ஏனோர் பக்கமும்**
> **மறுவில் செய்தி மூவகைக் காலமும்**
> **நெறியின் ஆற்றிய அறிவன் தேயமும்**
> **நாலிரு வழக்கில் தாபதப் பக்கமும்**
> **பாலறி மரபில் பொருநர் கண்ணும்**
> **அனைநிலை வகையோடு ஆங்கெழு வகையால்**
> **தொகைநிலை பெற்றது என்மனார் புலவர்"**

(தொல். பொருள். இளம். *1998:74*)

இந்நூற்பா சமூக வாழ்வில் விளைந்த அகவெற்றி, புறவெற்றி ஆகியவற்றின் கோட்பாட்டுப் பொருண்மைக் கூறுகளைக் கட்டமைத்து விளக்குகிறது.

பார்ப்பனர், அரசர், வணிகர், வேளாளர், அறிவர், தாபதர், பொருநர் ஆகிய ஏழுவகைகளில் வாகைகள் பாகுபடுத்தி விரித்துரைக்கப் பெறுகின்றன. இவற்றுள், அரசர், வணிகர், வேளாளர், பொருநர் ஆகிய நால்வரும் சமூகப் பொதுநிலை அறக்கட்டமைப்புக்கு உரியவர்களாவர். இதர மூவரும் அதாவது பார்ப்பார், அறிவர், தாபதர் ஆகியோர் சமயத் துறவுநிலை அறக்கட்டமைப்புக்கு உரியவர். இவ்எழுவருக்கும் உரிய பின்பற்றுநெறிமுறைகளில் முழுமையடைந்த வெற்றி பெற்றால்தான் அவரவர்களும் அவரவர்களுக்குரிய பெயரால் நீடித்து அழைக்கப்பெறுவர் என்பது தெளிவு.

பார்ப்பன வாகை

'அறுதொழிலோர்' என்ற தொடரை வள்ளுவரும் பயன் படுத்தியுள்ளார். இதே பொருண்மைக்குரிய தொடராகத்தான் 'அறுவகைப்பட்ட பார்ப்பனப் பக்கம்' என்பது தொல்காப் பியத்திலும் இடம்பெற்றுள்ளது. அந்தணர், பார்ப்பார், மறை யவர் யாவும் ஒருபொருள் பலசொற்களாகும். 'அந்தணர் என்போர் அந்தத்தை (வேதாந்தத்தை) அணவுவார்' (மதுரைக். 474.நச்.உரை), ஆறறி அந்தணர் (ஆறங்கங்களை அறிந்த அந்தணர்) (கலி.கடவா) என்றவாறு இடம்பெற்றுள்ள இலக் கியக் குறிப்புகளும் பார்ப்பார் என்போர் வேதக்கல்விக்கு உரியோர் என்பதையும் அவர்தம் வாழ்க்கை ஆறங்கங்களைக் கொண்டது என்பதையும் தெளிவுறுத்துகின்றன.

அறிவன் வாகை

அறிவன் என்பதற்கு, 'கம்மாளன்; இறைவன்; சிவன்; திருமால்; அருகன்; புத்தன்; செவ்வாய்' (கழகத்தமிழ் அக ராதி, 1985: 61) என்ற பலபொருள்கள் கூறப்படுகின்றன. எனவே, அறிவன் வாகை என்பது நல்லறிவுடையான் புத்த னாக; அருகனாக; திருமாலாக; சிவனாக–இவர்களில் யாரேனும் ஒருவனாக ஆவதைக் குறிப்பதாகும். அதுவும் அறிவனாக உருவாகி உலகில் வெளிப்படுதற்குத் தடையாய் அமைவனயாவற்றையும் வெற்றிகொள்வதனாலேயே அது 'அறிவன் வாகை' எனப்படுகிறது. இதற்கு அபிதான சிந்தா மணி தரும் விளக்க வருமாறு:

"தன்கீர்த்தியைச் சொல்ல மூன்று கால நிகழ்ச்சியையும் அறிவுமவன் தன்மையைச்சொல்லியது" *(பு.வெ)*

(அபிதான சிந்தாமணி., 1991 : 190)

இவ்வாகைக்குத் தொல்காப்பியர் தந்த வரையறைக்கு இளம்பூரணர் தரும் விளக்கம் வருமாறு:

"குற்றமற்ற செயலையுடைய மழையும் பனியும் வெயிலுமாகிய மூவகைக் காலத்தினையும் நெறியினாற் பொறுத்த அறிவன் பக்கமும்"

இறந்த காலம் முதலாகிய மூன்று காலத்தினையும் நெறியினால், தோற்றிய அறிவன் பக்கம் என்றாலோவெனின், அது முழுதுணர்ந்தோர்க்கல்லது புலப்படாமையின் அது பொருளன்றென்க

பன்னிரு படலத்தின், தணிவுற்று அறிந்த கணிவன்முல்லை"எனவும்

ஓதலின் மேலதே பொருளாகக் கொள்க. அறிவன் என்றது கணியனை.

மூவகைக் காலமும் நெறியினால் ஆற்றுதலாவது, பகலும் தூயமும் மீன்வீழ்வும் கோள்நிலையும் மழைநிலையும் பிறவும் பிறவும் பார்த்துப் பயன்கூறல், ஆதலான், 'மூவகைக் காலமும் நெறியின் ஆற்றிய அறிவன்' என்றார்.

உதாரணம்

"புரிவின்றி யாக்கைபோற் போற்றுவ போற்றிப்
பரிவின்றிப் பட்டங் களியத் – திரிவின்றி
விண்ணிவ் வுலகம் விளைக்கும் விளைவெல்லாம்
கண்ணி உரைப்பான் கணி"

(புறப்.வாகை 20)

மூவகைக் காலமும் அறிந்துணர்ந்து அவற்றின் திட்ப நுட்பங்களை ஆராய்ந்து சொல்ல வல்லவன் என்கிறார் இளம்பூரணர். எனவேதான், 'அறிவன் என்றது கணியனை' என உறுதிபடக் கூறுகிறார். இத்தகைய வானியல் சார்ந்த முக்கால ஆராய்ச்சியைத் தொல்காப்பியர் காலத்தில் வாழ்ந்த

ஆசீவகரும், சமணரும்கூட ஆற்றினர் எனும் செய்தியோடு பொருந்த நோக்கினால் 'அறிவன்' எனப்படுவன் யாராக இருந்திருக்கக் கூடும் என்று ஒருவாறு தெளியலாம். 'கணியன்' எனப்படுவோர் ஆசீவகரா, சமணரா, தனித்த மரபினரா என்பதை ஆராய்ந்து அறிதல் அவசியமாகிறது.

இதே நூற்பாவிற்கு நச்சினார்க்கினியர் எழுதியுள்ள உரையும் இதே பொருண்மை குறித்து வேறொரு கோணத்தில் அணுகி ஆராய்ந்துள்ள பேரா.க.நெடுஞ்செழியன் அவர்களது கருத்தையும் அறிதல் புதிய புரிதலை வழங்க வல்லதாக அமையும்:

நச்சினார்க்கினியர் உரை வருமாறு:

"காமம் வெகுளி மயக்கமில்லாத ஒழுகலாற்றினை இறப்பு, நிகழ்வு, எதிர்வுமென்னும் மூவகைக் காலத்தினும் வழங்கும் நெறியான் அமைந்த முழுதுணர்வுடையோன் பக்கமும்"

(மேற்கோள், நெடுஞ்செழியன்., க. *1989 : 44*).

இளம்பூரணர் உரை நேரடியாகக் கணியர்களைக் குறிப்பதாகச் சொல்ல, நச்சினார்க்கினியரோ காமம், வெகுளி, மயக்கமில்லாத நல்லொழுக்க அறவியல் பண்புகளை முக்காலமும் கொண்டிருக்கும் 'அறிவர்' என்பதை நுணுகிப் பார்க்க வேண்டியுள்ளது. அதைப் போலவே, இந்நூற்பாவில் இடம் பெறும் அறிவர், தாபதர் என்ற இரண்டு சொல்லுமே தமிழ்க் கணியர்களையே குறிப்பிடுகிறது என்ற பேரா.க.நெடுஞ் செழியன் கருத்தும் மறு ஆய்வுக்குரியதாகும். இருவருமே ஒருவரானால் அல்லது ஒருநெறி சார்ந்தவரானால் இருவேறு விதமாக விவரித்து வரையறுக்க வேண்டியதில்லை என்பது தெளிவு. எனவே, இருவரும் வேறுவேறு சமயமெய்யியல் தளங்களுக்கு உரியவர்களாகவே இருக்கக் கூடும்.

வரம்பில் அறிவன் (மணி.*27:112*) என்ற தொடர் மணிமேகலையில் ஆசீவகரைக் குறிப்பதாய் இடம்பெற்றிருப்பதும், ஓரிற்பிச்சையார் என்பவரின் சங்கப்பாடலில் (குறுந்.*277*) 'அறிவன்' என்ற சொல் ஆசீவகரைக் குறிப்பதாகக் கருத இடமிருப்பதாலும் 'அறிவர்' என்போர் 'கணியரே' எனக் கொள்ளலாம். ஆனால், தாபதர் எனக் குறிக்கப்படுவோரை

'அறிவர் அல்லது கணியர்' எனல் பொருந்தாது. ஏனெனில், தொல்காப்பியரே அறிவனுக்கு ஒரு வாழ்வியல் வரையறையும், தாபதருக்கு வேறொரு வாழ்வியல் இலக்கண வரையறையும் வகுத்துள்ளார். ஆசீவகராகிய கணியரையே 'அறிவன்' என்ற சொல் குறிக்கிறது என்று உறுதிபடச்சொல்ல இயலாததற்கான காரணங்களும் உள்ளன. அவை யாவையெனில்,

1. 'அறிவன்' என்ற சொல் சமணத்தமிழ் இலக்கியப் பரப்பில் தீர்த்தங்கரரைக் குறிக்கப் பயன்படுத்தப்படுகிறது.

2. 'புத்தன்' என்ற வடமொழிச் சொல்லின் தமிழாக்கச் சொல்தான் 'அறிவன்' என்பதாகும். எனினும், நூற்பா காலக் கணிப்பு சொல்பவனை 'அறிவன்' என்பதால் இவன் கணியனாக இருத்தலே பெரும்பகுதியும் பொருந்தும் என உறுதிப்படுத்தலாம்.

தாபத வாகை

தாபத வாகை எனப்படுவது,

"தபோதன வேடத்தார் புண்ணியத்தோடு தழுவி
ஒழிதலுணராத நடையைச் சொல்லியது"

(அபிதான சிந்தாமணி, 1991 : 802)

என்கிறது அபிதான சிந்தாமணி. இதில் 'ஒழிதலுணராத நடை' என்பது ஒரு சிறிதும் மாறாத ஒழுக்கவியல் விதி முறைகளால் பின்பற்றுதலைக் குறிப்பதாகும்.

இத்தகைய தாபத வாகை எத்தகைய பின்பற்றுதலினின்று பெறப்படும் என்பதை,

"நாலிரு வழக்கில் தாபதப் பக்கம்"

என்கிறது தொல்காப்பியம். இதற்கு உரை எழுதிய இளம் பூரணர்,

"அவையாவன: நீராடல், நிலத்திடைக் கிடத்தல், தோலுடுத்தல், சடைபுனைதல், எரியோம்பல், ஊரடையாமை, காட்டிலுள்ள உணவு கோடல், தெய்வப்பூசையும் அதிதி பூசையும் செய்தல்"

உதாரணம்

"நீர்பலகால் மூழ்கி நிலத்தசைஇத் தோல் உடையாச்

சோர்கண்ட தாழச் சுடர் ஓம்பி – ஊரடையார்
கானகந்த கொண்டு கடவுள் விருந்தோம்பல்
வானகத்து உய்க்கும் வலி" *(புறப். வாகை14)*

(தொல் பொருள் இளம், 1998 :127)

என்றவாறு விளக்கியுள்ளார்.

பார்ப்பான், அறிவன் இருவருக்கும் ஒரே செயல்நெறிகளே வற்புறுத்தப்பட்டுள்ளன. பார்ப்பானுக்கு நடத்தை சார்ந்த செயல்நெறியும், அறிவனுக்கு அறிவுத்தேடல் சார்ந்த செயல் நெறியும் குறிப்பிட்ட தொல்காப்பியர் தாபதருக்கு வேறொரு தளத்திலான செயல்நெறிகளையே வகுத்திருப்பார் என அனு மானிக்கலாம். அதன்படி ஊன்றி ஆராய்ந்தால், 'நாலிரு வழக்கம்' என்பது இளம்பூரணர் கூறுவதுபோல் தவசிகளின் அன்றாடச் செயல்நெறிகளைக் குறிப்பிடுவதாக மட்டும் கொள்ள இயலாது. பிறகு எதைத்தான் தொல்காப்பியர் குறிப்பிடுகிறார் என்பது ஆய்வுக்குரியது.

'தாபதர்' என்ற சொல் 'தபு' என்ற வினையடியை அடிப் படையாகக் கொண்டு தோன்றியதெனக் கொண்டால் புதிய தொரு பொருளைக் காணமுடியும். 'தபு' என்பது 'கொல்' 'அழி' என்று பொருள்படுகின்றது. அவ்வாறாயின், எதைக் கொன்றால் தாபதராகலாம்?

"ஆசையே துன்பத்திற்குக் காரணம்" என்பது பௌத்த மெய்யியல். ஆக, ஆசையைக் கொன்றால் தாபதர் ஆகலாம் என்பது பெறப்படுகிறது. இந்த நோக்குநிலைப்படிப் பார்த் தால், 'நாலிரு வழக்கம்' என்பது பௌத்த மெய்யியல் முன்வைக்கும் 'எண்வகை நெறி' யைக் (அட்டாங்க மார்க்கம்) குறிப்பிடுவதாகக் கொள்ளலாம். 'நெறி' என்ற சொல்லின் பதிலியே 'வழக்கம்' என்ற சொல்லாகும்.

இளம்பூரணர் விளக்கியுள்ள எட்டுச்செயல் நெறிகளும் கூட தவநெறியில் மேன்மையடைய விரும்புவோர் மேற் கொள்ளும் நெறிகளேயாயினும், அவை அனைத்து மெய்யியல் – சமய நெறியினருக்கும் பொதுவானவை. இங்கு, பார்ப்பான், அறிவன் ஆகியோரைத் தனித்து விளக்கிய தொல்காப்பியர், அதே காலத்தில் தமிழகத்தில் ஆழக் காலூன்றியிருந்த

பௌத்தரைப் பற்றிக் குறிப்பிடாது போயிருப்பரோ என்ற கேள்வியே 'தாபதர்' என்போர் பௌத்தராகலாம் என எண்ண இடம்தருகிறது.

இதுவரை ஆய்ந்தவற்றிலிருந்து கீழ்க்காணும் முடிவுகளைப் பெறலாம்:

1. வாகைத் திணையானது புறவாகை, அகவாகை என இரு பிரிவுகளுக்கு உட்படுகிறது. புறவாகை என்பது போர்வழி வெற்றியையும், அகவாகை என்பது தவநெறி வெற்றியையும் வெளிப்படுத்துகிறது.

2. சமூகத்தின் மேல்நிலையிலிருந்து பார்ப்பனர்கள் மானுட விழுமியங்களை எல்லோருக்கும் உரியதாகக் கருதாமல் தனக்கான மேனிலையாக்கத்திற்கே பயன்படுத்திக் கொண்டனர்.

3. 'அறிவர்' என்போர் கணியர், ஆசீவகர், சமணர், பௌத்தர் அனைவரையும் குறிக்கும் பொதுச்சொல் என்பதும், தொல்காப்பியத்தில் ஆசீவகர் அல்லது சமணரைக் குறிப்பதாக அமைந்துள்ளது என்பதும் தெளிவாகிறது.

4. 'நாலிரு வழக்கம்' என்பது எண்வகை நெறிகளை குறித்திருப்பதால் 'தாபதர்' என்போர் பௌத்தராகக் கூடும் என்பது உறுதியாகிறது.

- ***அனைத்துலகத் தொல்காப்பிய மாநாடு,*** தமிழய்யா கல்விக் கழகம், திருவையாறு, தமிழ்ப்பல்கலைக்கழகம், தஞ்சாவூர், பாரத் அறிவியல் நிர்வாகவியல் கல்லூரி, தஞ் சாவூர், *28,29* மே *2004*, ஒருங்கிணைப்பாளர்: முனைவர் மு.கலைவேந்தன்.

- ***தொல்காப்பியம்– எழுத்தும் கோட்பாடும், தொகுதி–3,*** தமிழய்யா கல்விக்கோட்டம், திருவையாறு, மே *2004*, பக். *498–502.*

- ***பன்முகத் தமிழியல்,*** செம்மொழி, தஞ்சாவூர், *2008*, பக். *4–14.*

- நியூ செஞ்சுரியின் உங்கள் நூலகம், பன்னாட்டு மாத இதழ், 2011, பக்.
- www.keetru.com

2. தமிழ் அறமும் பௌத்த அறமும் ஓர் அறிமுகம்

தமிழில் வழங்கப்படும் "அறம்" என்ற சொல்லோடு மிகவும் பொருந்துவதாக ஆங்கிலத்தில் வழங்கப்படும் 'Ethics' என்ற சொல் அமைந்துள்ளது. அதைப்போலவே பாலிமொழியில் "தம்மம்" என்ற சொல்லும் இயைந்த பொருட் செறிவோடும் தெளிவோடும் விளங்குகிறது.

சங்க இலக்கியத்திலேயே அறம் என்ற வழக்கு மிகுந் திருக்கிறது. இதை வாழ்க்கை நெறி, ஒழுகலாறு என்று பொருள் கொள்ளலாம். The Greeat family Encyclopeadic Dictionary -'Study of Principles of human duty என்று பொருள் விளக்கம் தருகிறது. சுருக்கமாக, மனித வாழ்க்கை அனுபவங்களிலிருந்து உருவாகிய ஒருங்கிணைந்த நெறியே அறம் எனலாம். இவ் அறம் உருவாக்கியவர்களுக்குச் சாதகமாகவும் சமுதாயத்திற்கு ஏதேனும் ஒருவகையில் பயனுள்ளதாகவும் அமைந்து வந் துள்ளது. இக்கோட்பாடு, மனிதன் விளைத்த எல்லாக் கலைக்கூறுகளிலும் வெளிப்படுவதைக் காணலாம். குறிப்பாக இலக்கியம் இதன் விளைநிலம் போன்றது.

தமிழில் சங்க இலக்கியங்களிலேயே இக்கோட்பாடு பேசப் பட்டு வந்தாலும், அதற்கடுத்த இலக்கிய வரவான பதினெண் கீழ்க்கணக்கு நூல்களில் பெரும்பான்மையான நூல்களில் (11 நூல்கள்) வலியுறுத்தப்பட்டுள்ளது. இவற்றைச் பௌத்தத் தத்துவத்தின் ஒரு பகுதியான தம்மபதத்தோடு இக்கட்டுரை பொருத்திப் பார்க்கிறது.

வெறுப்புணர்விலிந்து மீளுதல்

அரசர்களுக்குள் நடந்து வந்த போர்களால் பல உயிர்கள் மடிவது தடுக்கப்பட வேண்டும் என்று புத்தர் விரும்பினார்.

நிலவுடைமையைப் பாதுகாத்துக் கொள்ளவும் மேலும் ஆட்சி எல்லையை விரிவுபடுத்தவும் விரும்பிய அரசர்களுக்குள் வெறுப்புணர்வும் பகைமையுணர்வும் வளர்ந்தன. இத்தகைய உணர்விலிருந்து அவர்கள் மீண்டால் சமூகத்தில் அமைதியான சூழல் உருவாகும். எனவே, சமூகத்தின் இயக்கு கருவியான அரசில் அறம் வளர்ந்தால் சமூகத்திலும் பரவும் என்பதால் தம்மபதத்தின் தொடக்கத்திலேயே அரச அறத்தைப் போதித்தார்.

"மோசமாகப் பேசுதல், பொருளைத் திருடுதல், தாழ்வு படுத்துதல், அடித்தல் இவ்வாறு ஒருவர் செய்தாலும் அவர்பால் வெறுப்பை வளர்த்துக் கொள்ளாமல் இருக்க வேண்டும்".

"வெறுப்புணர்வு இருந்தால் பகையுணர்வு என்றுமே மறையாது. வெறுப்புணர்வை மாற்றிவிட்டால் பகையுணர்வு மறைந்துவிடும் என்பது முதுமொழி"

(த.ப.3,6)

"கறுத்து இன்னா செய்தஅக் கண்ணும் மறுத்து இன்னா
செய்யாமை மாசற்றார் கோள்"

(குறள்.32 : 2)

"ஒறுத்தார்க்கு ஒருநாளை இன்பம் பொறுத்தார்க்குப்
பொன்றுந் துணையும் புகழ்"

(குறள்.16 : 6)

"இன்னா செய்தார்க்கும் இனியவே செய்யாக்கால்
என்ன பயத்ததோ சால்பு"

(குறள். 99 : 7)

ஆகிய குறட்பாக்கள் மேலே கண்டவற்றைத் தெளிவாக வெளிப்படுத்துகின்றன. மேலும்,

"தம்மை இகழ்ந்தமை தான்பொறுப்பது அன்றிமற்று
எம்மை இகழ்ந்த வினைப்பயத்தான் உம்மை
எரிவாய் நிரயத்து வீழ்வர்கொல் – என்று
பரிவதூஉம் சான்றோர் கடன்"

(நாலடி. 6 : 8)

**“கறுத்துஆற்றித் தம்மைக் கடியச் செய்தாரைப்
பொறுத்துஆற்றச் சேறல் புகழால், ஒறுத்துஆற்றின்
வான்ஓங்கு உயர்வரை வெற்ப – பயம்இன்றே
தான்நோன்றிட வரும் சால்பு”**

(பழ.19)

“செற்றாரைச் செறுத்தலின் தற்செய்கை சிறந்தன்று”

(முது.1 : 9)

ஆகிய செய்யுட்களும் இவ் அறத்தை வலியுறுத்தும் பாங்கு ஒப்புநோக்கத்தக்கது.

மெய்ப்பொருள் காணுதல்

மெய்ப்பொருள் காண்பது என்பது உயிரின் இயற்கை. எல்லா உயிர்களும் தத்தம் அனுபவங்களிலிருந்து தேவையான மெய்ப்பொருளைக் கண்டறிந்து அதனடிப்படையில் செயல்பட முயற்சிக்கின்றன. மனிதன் பகுத்தறிவைப் பெற்றிருப்பதால் மற்ற உயிர்களை விடவும் இதில் பெருங்கவனம் செலுத்துகின்றான். இதனால் நாகரீகம், பண்பாடு, அரசியல், பொருளாதாரம் ஆகிய அனைத்துநிலைகளிலும் புதியபுதிய கண்டுபிடிப்புகளோடு முன்னேறுகிறான். இம் மெய்ப்பொருள் பற்றிய கருத்தைக் கீழ்க்காணுமாறு வரையறுக்கிறது பௌத்தம்:

“உண்மைப் பொருளை உண்மைப் பொருளென்றும், நிழலை நிழல் என்றும் அறிந்து நடப்பவர்களே உண்மையான வழியைக் கடைப்பிடிப்பவராவர்”

(த.ப.12)

இதை,

**“எப்பொருள் யார்யார்வாய்க் கேட்பினும் அப்பொருள்
மெய்ப் பொருள் காண்பது அறிவு”**

(குறள் 43 : 3)

**“எப்பொருள் எத்தன்மைத்து ஆயினும் அப்பொருள்
மெய்ப்பொருள் காண்பது அறிவு”**

(குறள் 36 : 5)

என்ற இரண்டு குறள்களும் தெளிவாக எடுத்துரைக்கின்றன. கண், காது என்ற இரண்டு புலன்கள் வழியாகப் பெறப்படும் எந்தப் பொருளானாலும் அப்பொருளின் மெய்ப்பொருளை ஆராய்ந்து அறிய வேண்டும் என்ற திருக்குறளின் கருத்து பௌத்த அறத்தோடு மிக நெருங்கிய ஒப்புமையைப் பெற்றுள்ளது. இவ்வகை மெய்ப்பொருளை யாவரும் அறிந்து கொண்டால்தான் வாழ்க்கையில் தெளிவும் வலிவும் கிட்டும் என்பது உணர்த்தப்பட்டுள்ளது. மேலும், இதே கருத்தை,

"கற்றானும் கற்றார்வாய்க் கேட்டானும் அல்லாதான்
தெற்ற உணரான் பொருள்களை ; எற்றே
அறிவு இலான் மெய்த்தலைப்பாடு?"

(பழ.138)

"பற்பல நாளும் பழுதுஇன்றி பாங்குஉடைய
கற்றலின் காழ்இனிது இல்"

(இனி.40)

"கற்றது உடைமை காட்சியின் அறிப"

(முது.2 : 4)

ஆகிய செய்யுட்களும் வெளிப்படுத்தி நிற்கின்றன. இவை, கல்வியறிவு மட்டுமின்றி அனுபவ அறிவையும் வலியுறுத்து கின்றன.

ஆசை அறுத்தல்

பௌத்தத் தத்துவத்தின் அடிப்படை ஆசை அறுத்தலை வலியுறுத்துவதே ஆகும். இக்கோட்பாடானது பௌத்தத் தத்துவம் முழுவதும் விரவி நிற்கிறது. ஆசையே துன்பத்திற்குக் காரணம் என்ற இக்கோட்பாடு – தனியுடைமை கைவரப்பெறாத அல்லது சுரண்டப்படும் கீழ்த்தட்டு மக்களைத் தவிர்த்த பிறருக்கே உரியது என்ற முடிவுக்கு வரமுடிகிறது.

இவ்அறத்தை,

"ஆசையே துன்பத்திற்குக் காரணம்; யாருக்கு ஆசை
இல்லையோ அவர்களுக்குத் துன்பமோ, பயமோ தோன்றாது"

(த.ப.216)

என்று பௌத்தம் அறிவிக்கிறது. இதை,

“யாதனின் யாதனின் நீங்கியான் நோதல்
அதனின் அதனின் இலன்”

(*குறள் 37 : 1*)

“சார்புஉணர்ந்து சார்புகெட ஒழுகில் மற்றுஅழித்துச்
சார்தரா சார்தரும் நோய்”

(*குறள் 36 : 9*)

“அவாஇல்லார்க்கு இல்லாகும் துன்பம் அஃதுண்டேல்
தவாது மேன்மேல் வரும்”

(*குறள் 37 : 8*)

“அவாஅறுக்கல் உற்றான் தளரான் அவ்ஐந்தின்
அவாஅறுப்பின் ஆற்ற அமையும் அவாஅறான்
ஆகும் அவனாயின் ஐங்களிற்றின் ஆட்டுண்டு
போகும் புழையுள் புலந்து”

(*ஏ. 11*)

“காமநெறி படரும் கண்ணினார்க்கு இல்லையே
ஏமநெறி படரும் ஆறு”

(*நாலடி 2 : 3*)

ஆகிய செய்யுட்கள் வலியுறுத்திக் கூறுகின்றன.

முப்பொருண்மை இயைபு

வெறுப்புணர்விலிருந்து மீளுதல், மெய்ப்பொருள் காணுதல், ஆசை (அவா) அறுத்தல் – வீடுபேறு அடைதல் ஆகிய மூன்று கோட்பாடுகளையும் உள்ளடக்கியதாக பௌத்த அறநெறி அமைந்துள்ளது. தமிழ் அற இலக்கியங்களும் இம்மூன்று அறக்கோட்பாடுகளையும் கொண்டதாக வெளிப்பட்டுள்ளன.

ஆசையை நீக்கியவர்கள், மெய்ப்பொருளை அறிந்து அற வழியில் நிற்பவர்கள், அற ஒழுகலாறுகளின் மூலம் வீடு பேற்றை எய்த முயல்பவர்கள் என்ற மூவகைப் பட்டவர்களே,

“புத்தம் சரணம் கச்சாமி
தம்மம் சரணம் கச்சாமி
சங்கம் சரணம் கச்சாமி”

என்ற பௌத்த நெறியில் இயைகிறார்கள். இதைப் போலவே பௌத்த நெறியுடன் ஒப்புநோக்கத்தக்க நெறிகளைக் கடைப்பிடிப்பவர்களே தமிழ் அறநெறியின் பாற்பட்டவர்கள் எனலாம். சமூகம், காலம், இடம் ஆகியவற்றின் வேறுபாட்டால் மாறுதல்கள் அல்லது வேற்றுமைகள் இருப்பினும் பொதுமைப் பண்பைக் கொண்டு இவ்வாறு முடிவுக்கு வரலாம்.

தமிழ்ச் சமூகத்தின் உருவாக்கமான அறநெறி தற்செயல் வகைப்பட்டதே. எனினும், அக்காலத்தில் வளர்ந்தோங்கிய சமண, பௌத்த அறநெறித் தாக்கம் தமிழ்ச் சமூகத்திலும் விளைவுகளை ஏற்படுத்தின. இவ்வாறு இருநிலைப்பட்டவற்றின் உந்துதலோடு இருவகை நெறிகளையும் உள்ளடக்கிக் கொண்டு தமிழ் அற இலக்கியங்கள் உருப்பெற்றன எனத் துணியலாம்.

பயன்படுத்தப்பட்ட நூல்கள்

Cranmer Byng, D.	1912 'Buddha's way of Virture,
Kapadia, S.A.,	Translated by (Eng), Wagiswara, W.D.C.Sounders, K.J.London, John Murray, Albemark Street.w.
செய்யுட்கள்	*1981 பதினெண்கீழ்க்கணக்கு, நியுசெஞ்சுரி புக் ஹவுஸ், சென்னை – 98.*

- *ஆய்வு மாணவர் மன்றக் கருத்தரங்கம், தமிழ்ப் பல்கலைக்கழகம், தஞ்சாவூர், 1995.*
- *இந்தியச் சமூகம்: மார்க்சும் பெரியாரும் (கட்டுரைத் தொகுப்பு நூல்), முனைவர் சு.மாதவன், அனன்யா, தஞ்சாவூர், 2005.*

3. பௌத்தக் கோட்பாட்டு நோக்கில் சங்க இலக்கியம்

ஒரு நூலெழுதத் தக்க தரவுத் தளங்கள் நிறைந்த தலைப்பு இது. ஒரு கட்டுரையளவில் இங்கு அணுகப்படுகிறது. தமிழ்ச் செவ்விலக்கியங்கள் உலகளாவிய மானுடப் பொதுமை சான்றது; பௌத்தமும் அவ்வாறானதே. இலக்கியங்களில் செம்மை உள்ளிட்ட கூறுகள் நிறைந்திருப்பதானது வாழ்க்கையிலும் அவை நிறைந்திருக்கக் கண்டோ நிறைந்திருக்க வேண்டி விரும்பியோ இயல்வன. தமிழ்ச் செவ்விலக்கியப் பெரும்பரப்பில், முதலில்கிடைத்துள்ளசங்கஇலக்கியங்களான தொகையும் பாட்டும் சமயச் சார்பற்ற பாங்குடன் ஒளிர்ந்து மிளிர்வதை அறிஞர் பலரும் எடுத்துக்காட்டியுள்ளனர். ஏனெனில், நிறுவனமயப்பட்ட சமயமாக எந்தச் சமயமும் அக்காலத்தில் வளர்ந்திருக்கவில்லை. நம்பிக்கை–வழிபாட்டுக் கூறுகளே அவற்றில் இடம்பெற்றுள்ளன. சிவனியமோ மாலியமோ சைவ, வைணவச் சமயங்களாகத் தோற்றம் பெறவில்லை; கருக் கொண்டிருந்தன; வைதீக நெறியும் அவ்வாறானதே.

தமிழர்தம் திணைசார் வாழ்வியலில் பரத்தைமை நெறியும் போர்நிகழ் வெறியும் மிகுந்ததால் சமூகத்தின் அசைவியக்கம் நிலைகுலைந்து போயிருந்தது. இதனால் அகத்திலும் புறத்திலும் அறநெறிகள் தோன்றி வளர்ந்து கொண்டிருந்தன. இவ்வாறு, தமிழ்ச் சமூகம் தனக்கான அறநெறி விழுமியங்களைத் தன்னியல்பாகக் கட்டமைத்துக்கொண்டிருந்த வேளையில் வடஇந்தியாவிலிருந்து பௌத்தமும் சமணமும் நிறுவனப்பட்ட சமயங்களாகவே தமிழகத்துக்கு வந்து சேர்ந்தன. வந்துசேர்ந்த பௌத்த, சமண சமயங்களில் சமணம் கடுமையான பின்பற்று நெறிகளைக்

கொண்டிருந்ததால் நடுநிலையான பின்பற்று நெறிகளைக் கொண்டிருந்த பௌத்தம் மக்களின் ஏற்புநிலையைப் பெற்றது. சங்க இலக்கியங்களில் சமணத்தைக் காட்டிலும் பௌத்தம் மிகுதியாக ஊடுருவி நிற்பதிலிருந்து இத்தகைய முடிவுக்கு வரலாம்.

இத்தகைய நோக்குநிலையிலிருந்து பௌத்தக் கோட்பாடுகள் சங்கத் தமிழிலக்கியங்களில் இடம்பெற்றுள்ள போக்குகளை இக் கட்டுரை தொட்டுக்காட்டத் தொடர்கிறது.

பௌத்தக் கோட்பாட்டு நிலைகள்

மனிதர்களின் சிந்தனைகளிலும் செயல்களிலும் இரண்டறக் கலந்திருப்பனவற்றைக் கோட்பாடுகள் என்கிறோம். அவை வாழ்வியலின் கருத்தியல்நிலையிலும் பண்பாட்டுநிலையிலும் தன்னியல்பாய் உருவானவையும் வந்து கலந்தனவையாகவும் அமைகின்றன. இத்தகைய கோட்பாடுகளை,

1. நம்பிக்கைகள் சார்ந்தவை
2. வழிபாடுகள் சார்ந்தவை
3. சடங்குகள் சார்ந்தவை
4. நடத்தை நெறிகள் /கடைப்பிடி நெறிகள் சார்ந்தவை

என்ற நான்கு வகைகளுக்குள் அடக்கலாம். இவற்றுக்குள் பௌத்தக் கோட்பாடுகளாக எவைஎவை தொழிற்பட்டன என ஆராயலாம்.

சங்க காலப் பெயர்களில்...

சங்க கால வாழ்வியலின் ஊடாகச் சில வழக்காறுகளின் மூலக்கூறுகளின் பதிவுகள் தென்படுகின்றன. மனித வாழ்வியலில் ஒரு சமூகத்தின் சிந்தனைகள் முதலில் தொழிற்படும் இடம் குடும்பம். குடும்பத்தின் ஓர் அலகு தனிமனிதன். ஒரு குடும்பம் எத்தகைய வாழ்வியல் சிந்தனைகளைக் கொண்டிருந்தது என்பதை வெளிப்படுத்துவதாக அமைந்திருப்பவை மனிதர்களின் பெயர்கள்.

மனிதர்களின் பெயர்களில்தான் அந்தச் சமூகத்தின் பன்முகச் சிந்தனை விதைகள் தெளிக்கப்பட்டிருக்கும். இத்தகைய நோக்கில், சங்ககால மானிடர்களின் பெயர்களில் பௌத்தச் சுவடுகள் தென்படுமாற்றை அணுகலாம்.

பொதுவாக, எவரொருவர் பெயருமே அவரவர் சார்ந்த மொழி, தொழில், சமயம், சமூகம், மெய்யியல் ஏதேனும் ஒன்றின் கருத்தியல் சார்பைப் பின்புலமாகக் கொண்டு விளங்குகின்றது. சங்கப் புலவர்களின் பெயர்களும் அவ்வாறே அமைந்துள்ளன. அரிசில் கிழார், ஆலந்தூர் கிழார், ஆவூர் கிழார், ஆவூர் மூலங்கிழார், இடைக்குன்றூர் கிழார் முதலான பெயர்கள் இவர்கள் நிலவுடைமையாளர்களாய் இருந்துள்ளனர் என்பதையும், உறையூர் மருத்துவன் தாமோதரனார், ஓரேருழவர், தங்கால் பொற்கொல்லனார், மதுரை அறுவை வாணிகன் இளவேட்டனார் முதலான பெயர்கள் இவர்கள் வணிகர்களாக இருந்துள்ளனர் என்பதையும் சுட்டி நிற்கின்றன. இதைப்போலவே இளம்போதியார், சங்க வருணர், சிறுவெண் தேரையார், தேரதரன், குண்டுகட் பாலியாதனார் ஆகிய பெயர்கள் இவர்கள் பௌத்தச் சார்புடையவர்களாய் இருக்கக் கூடும் என்பதை வெளிப்படுத்துகின்றன.

‘ஐயாதி சிறுவெண்தேரையார்’ என்னும் புலவருக்கு ‘மனிதனின் நன்னடத்தைக்கும் நல்வாழ்க்கும் மூலமான ஐந்து நன்னெறிகளைப் பின்பற்றியவர்’ என்னும் பொருளில் அதாவது ‘பௌத்தப் பஞ்சசீலங்களைப் பின்பற்றியவர்’ என்னும் பெயரில் பெயரிடப்பட்டிருக்கலாம்; பெயரிட்டுக் கொண்டிருக்கலாம்.

‘குண்டுகட் பாலியாதனார்’ என்னும் புலவர் பெயரில் உள்ள ‘பாலி’ என்னும் சொல் புத்தரின் தாய்மொழியும் பௌத்த மெய்யியல்களின் மூலமொழியுமான ‘பாலி’ மொழியைக் குறிப்பிடுவதாகத் தெரிகிறது. இவரது பெயரின் முன்னொட்டான “குண்டுகட்’ என்பதும் ‘Kuntakal’ என்னும் இன்றைய ஆந்திர மாநில ஊரைச் சுட்டுவதாகலாம். ‘Kuntakal’ என்னும் இவ்வூர் சங்க காலத்தில் தமிழகத்து ஊர்களுள் ஒன்றாக நிலவியதே என்பதும் பொருத்தமாகவே உள்ளது. எனவே, ‘குண்டுகட் பாலியாதனார்’ என்பவர்

குண்டுகட் என்ற ஊரைச் சேர்ந்த பாலிமொழியறிந்த பௌத்தத் துறவியாகலாம். மதுரை கூலவாணிகன் சீத்தலைச் சாத்தனார், கோவூர்கிழார், என்பது போலவே இப்பெயராகும்.

மேலும், ''சாத்தன்'' என்னும் பின்னொட்டுப் பெயர்களைக் கொண்டு சங்ககாலப் புலவர்கள் 84 பாடல்களைப் பாடியுள்ளனர். உறையூர் முதுகண்ணன் சாத்தனார் 5 பாடல்களும் சாத்தந்தையார் 4 பாடல்களும் பெருந்தலைச் சாத்தனார் 6 பாடல்களும் வடமவண்ணக்கண் பெருஞ் சாத்தனார் 2 பாடல்களும், ஒக்கூர் மாசாத்தனார், ஒக்கூர் மாசாத்தியார் (பெண்), கருவூர்க் கதப்பிள்ளை சாத்தனார், மதுரை கூலவாணிகன் சீத்தலைச் சாத்தனார், மோசிசாத்தனார், ஆடுதுறை சாத்தனார் ஆகியோர் ஒரு பாடல்கள் வீதம் மொத்தம் 10 புலவர்கள் 23 புறநானூற்றுப் பாடல்களைப் பாடியுள்ளனர். **ஒட்டுமொத்த சங்க இலக்கியங்களில் சாத்தனார்கள் 84 பாடல்களாய் பாடியுள்ளார்.** ''சாத்தன்'' என்னும் சொல்லுக்குப் பெரும்பான்மையான அகராதிகள் ''புத்தன்'', ''தெரிவிக்கின்றவன்'' என்ற பொருளைத் தருகிறது. ஆகவே, ''சாத்தனார்'' என்னும் பின்னொட்டுப் பெயருள்ள புறநானூற்றுப் புலவர்கள் ''புத்தரின் கருத்தினைத் தெரி–விப்பார்கள்'' என்று பொருள் கொள்ளலாம் (அறிவுராஜ்., ந. 2013 : 89).

சங்க இலக்கியங்களில்...

எட்டுத்தொகை, பத்துப்பாட்டு நூல்களுள் பௌத்தக் கோட்பாடுகள் மிகுதியாக இடம்பெற்றுள்ள நூல் புறநானூறு ஆகும். சமயம் என்பது தமிழர் மரபின் பகுப்புப்படி புறம் சார்ந்தது. எனவே, புறநானூற்றில் சமயக்கோட்பாடுகள் இடம்பெறுவது இயல்பே

புறநானூற்றில் 360–வது பாடலாக அமைந்துள்ள பாடலை இயற்றியவர் பெயர் நமக்குக் கிடைக்கவில்லை. ஆனால், கிடைத்துள்ள பாடலில் பௌத்தச் சார்புடைய சிந்தனைகள் இடம்பெற்றுள்ளமை அறியலாகிறது. அப்பாடல் வருமாறு:

"பெரிது ஆராச் சிறுசி னத்தர்
சிலசொல் லால்பல கேள்வியர்
நுண்ணுணர்வினாற் பெருங் கொடையர்
கலுழ் நனையால் தண் தேறலர்
கனி குய்யாற் கொழுந் துவையர்,
தாழ் உழந்து தழூஉ மொழியர்
பயன் உறுப்பப் பலர்க்கு ஆற்றி
ஏமமாக இந்நிலம் ஆண்டோர்
சிலரே பெரும் கேள் இனி நாளும்,
பலரே தகை அஃது அறியாதோரே
அன்னோர் செல்வமும் மன்னி நில்லாது
இன்னும் அற்று, அதன் பண்பே அதனால்
நிச்சமும் ஒழுக்கம் முட்டிலை பரிசில்
நச்சுவர் கையின் நிரப்பல் ஓம்புமதி
அச்சுவரப் பாறுஇறை கொண்ட பறந்தலைமாக
கள்ளி போகிய களரி மருங்கின்,
வெள்ளில் நித்த பின்றைக் கள்ளொடு
புல்லகத்து இட்ட சில்லவிழ் வல்சி,
புலையன் ஏவப் புன்மேல் அமர்ந்துகொண்டு,
அழல்வாய்ப் புக்க பின்னம்,
பலர்வாய்த்து இரா அர், பகுத்துஉண்டோரே?

(புறநா. 360)

இப் பாடல் மூன்று கருத்துக்களை முன்வைக்கிறது. அவை வருமாறு:

1. செல்வமும் மன்னி நில்லாது– (செல்வம் நிலையில்லாதது) செல்வம் நிலையாமை

2. அற்று அதன் பண்பே – இற்று இதன் பண்பே (நாலடி)

உயிரில்பொருள், உயிருள்பொருள் இரண்டின் பண்புகளும் நிலையில்லாததாகவே உள்ளது.

உயிர் நிலையாமை, யாக்கை நிலையாமை, இளமை நிலையாமை

3. நிச்சமும் ஒழுக்கம் முட்டிலை – நாள்தோறும் ஒழுக்கத்தில் குறையாது வாழ வேண்டும் – ஒழுக்கத்தின் இன்றியமையாமை

இப் பாடலில் இடம்பெற்றுள்ள கருத்துக்களைத் தொகுத் தால், நிலையாமை நிலைப்பு என்பதாக, அதாவது நிலை யாமை என்னும் நிலையறிந்து நிலைப்புமிக்க வாழ்க் கைக்குரிய நல்லொழுக்க நெறிகளை விழிப்போடு பின்பற்ற வேண்டும் என்னும் கருத்தை வழங்குகிறது. வாழ்க்கைக்குச் செல்வம் தேவை என்றாலும் செல்வம் நிலையில்லாதது, வாழ்க்கை நிலைக்கும் என்று எண்ணினால் வாழ்க்கையை மனிதன்வழியாக நிகழ்த்தும் உயிர் நிலையில்லாதது; உயிர்நிற்கும் யாக்கை நிலையில்லாதது; யாக்கையில் தோன்றும் இளமை நிலையில்லாதது என்று எல்லாம் நிலை யில்லாதனவாய் உள்ளன என்பதால் வாழ்க்கை நிலை யாமையை உணர வேண்டும். அவ்வாறு, உணர்ந்தால் இந்த உயிர், உடல், இளமை, செல்வம் என்ற நிலையில்லாத நான்கையும் பெற்றுள்ள மனிதன் அவனது வாழ்க்கைக்குப் பிறகும் நிலைத்துப் பிறராலும் பின்பற்றப்பட்டுப் புகழப் படுவதாக அமைவன நல்லொழுக்க நெறிகளே என்ற முடிவுக்கு வரலாம். இவ்வாறான, காரண–காரிய இயைபைக் கொண்டு விளங்குகிற இப் பாடலுக்குள் பௌத்தச் சார்புநிலைக் கோட்பாடு இடம்பெற்றிருப்பதாகப் படுகிறது. பௌத்தப் பிடகங்களுக்குள்ளிலிருந்து பொருத்தமான ஒப்பிட்டுப் பகுதி கிடைத்தால் இதுகுறித்த அழுத்தமான முடிவுக்கு வரலாம்.

இன்னொரு பாடலான புறநானூறு 363 ஐ இயற்றியவர் ஐயாதிச் சிறுவெண்டேரையர் ஆவார். இவரது பாடல் வருமாறு:

“இருங்கடல் உடுத்தஇப் பெருங்கண் மாநிலம்
உடைஇலை நடுவணது இடைபிறர்க்கு இன்றித்
தாமே ஆண்ட ஏமம் காவலர்
இடுதிரை மணலிலும் பலரே சுடுபிணக்
காடுபதியாகப் போகித், தத்தம்
நாடு பிறர்கொளச் சென்று மாய்ந்தனரே
அதனால் நீயும் கேண்மதி அத்தை வீயாது

உடம்பொடு நின்ற உயிரும் இல்லை
மடங்கல் உண்மை மாயமோ அன்றே
கள்ளி ஏய்ந்த முள்ளியம் புறங்காட்டு
வெள்ளில் போகிய வியலுள் ஆங்கண்,
உப்பிலாஅ அவிப்புழுக்கல்
கைக்கொண்டு, பிறக்கு நோக்காது,
இழி பிறப்பினோன் ஈயப் பெற்று,
நிலங்கலனாக, இலங்குபலி மிசையும்
இன்னா வைகல் வாரா முன்னே,
செய்ந்நீ முன்னிய வினையே,
முந்நீர் வரைப்பகம் முழுதுடன் துறந்தே''

(புறநா. 363)

இப்பாடலின் ஒட்டுமொத்தக் கருத்தாகத் துறவுநெறிக் கருத்தமைவும் உட்செறிகருத்தாக நிலையாமைக் கருத்தியலும் இடம்பெற்றுள்ளன. உயிர் நிலையாமை அறிந்து ஒழுக வேண்டும் என்பதை உணர்த்துகிறது இப்பாடல். இப்பாடலும் பௌத்தச் சார்புநெறி பேசுகிறது எனலாம்.

ஔவையாரின் புறநானூற்றுப் பாடல் 187 பௌத்த மெய்யியல் – அறவியல் நூலான தம்மபதச் சுலோகம் 98ன் நேரடி மொழிபெயர்ப்பாக உள்ளதைத் தெ.பொ.மீ.,மு.கு.ஜகந்நாதராஜா ஆகியோர் ஆராய்ந்து நிறுவியுள்ளனர். அப்பாடல் வருமாறு:

“நாடா கொன்றோ காடா கொன்றோ
அவலா கொன்றோ மிசையா கொன்றோ
எவ்வழி நல்லவர் ஆடவர்
அவ்வழி நல்லை வாழிய நிலனே”

(புறநா. 187)

இப்பாடல் சொல்லுக்குச் சொல் அப்படியே தம்மபதத்திலிருந்து மொழிபெயர்க்கப்பட்டது என்பதை உறுதிப்படுத்தும் பாலிமொழிப்பாடல் வருமாறு:

“காமே வா யதி வா ராஞ்ஞே
நிஞ்னே வா யதி வாதலே

யத்தா ரஹந்தோவி ஹரந்தி
தங் பூமிங் ராம ணெய்யகங்''

(*தம்மபதம், 98*)

இப்பாடலின் சொற்பொருள் கீழ்க்காணுமாறு அமைகிறது:

காமே வா	–	நாடாக இருந்தாலும்
யதி	–	அல்லது
ரஞ்ஞே வா	–	காடா இருந்தாலும்
நிஞ்னே வா	–	பள்ளமாக இருந்தாலும்
யதி	–	அல்லது
வாதலே	–	மேடாக இருந்தாலும்
யத்து	–	எங்கே
அரஹந்தோ	–	சான்றோர்கள்
விஹரந்தி	–	நடமாடுகிறார்களோ
தங்	–	அந்த
பூமிங்	–	நிலமானது
ராமணெய்யகங்	–	எழில்நலமுடையதாகும்

(*ஜகந்தராஜா., மு.கு., இந்திய மொழிகளில் ஒப்பிலக்கியம், 1994 : 24*)

ஆக, தம்மபதப் பாடலின் பொருள்,

“நாடாக இருந்தாலும் காடாக இருந்தாலும்
பள்ளமாக இருந்தாலும் மேடாக இருந்தாலும்
எங்கே சான்றோர்கள் நடமாடுகின்றார்களோ
அந்த நிலமானது எழில் நலமுடையதாகும்''.

என்பதாகும். எனவே, புறநானூறு – தம்மபதப் பாடல்களின் சொல்லமைப்பும் கருத்தமைவும் ஒருங்கே ஒத்திருப்பதைக் காண முடிகிறது. இங்கு ஒரு வினா எழுவது இயல்பு. அதாவது, ஔவையார் தம்மபதத்தைப் படித்துவிட்டு மொழிபெயர்த்தாரா? புத்தர் ஔவையாரைப் படித்து

விட்டு மொழிபெயர்த்தாரா? என்பதே அவ்வினா. புத்தர் ஔவையாரின் காலத்துக்கு முந்தியவர் என்பதாலும் அவர் ஒரு மெய்யியல் நிர்மாணிப்பாளர் என்பதாலும் புத்தரின் போதனைகள் தொகுக்கப்பட்டுப் பரப்பப்பட்ட காலத்தில் ஔவையார் இதை அறிந்திருக்கக்கூடும் என்பதே பொருத்தமானதாகும். அசோகனின் மூன்று கல்வெட்டுகளில் அதியமான் இடம்பெற்றிருப்பதும் அதியமானின் அவைக் களப்புலவராக ஔவையார் திகழ்ந்திருப்பதும் நம் ஊகத்தை உறுதிசெய்கின்றன.

(மாதவன்.,சு. 2005 : 106 – 107).

இதேபோல் பௌத்தச் சக்கரமான அசோக தருமச் சக்கரத்தின் வழக்காற்றை ஏற்பதாகப் புறநானூறு 175 ஆம் பாடலும் அதனை மறுப்பதாகப் புறநானூறு 233 ஆம் பாடலும் உள்ளதை இந்நூலாசிரியர் ஆராய்ந்து நிறுவியுள்ளார்.

பௌத்த தருமச் சக்கரம்: ஏற்பும் எதிர்ப்பும்

ஏற்பு:

பௌத்த தருமச்சக்கரத்தின் இயல்பையும் பெருமையையும் விவரிக்கும் தீகநிகாயத்தின் "தம்ம சக்கப் பவத்தன சூக்தம்" என்ற பகுதிக்கு ரைசு டேவிட்சு தரும் விளக்கம் வருமாறு:

தருமச்சக்கரத்தை உருட்டுவது என்பது பௌத்தக் கோட் பாட்டின்படி, அதன் போதனைகளைச் செயல்படுத்துவது என்பதையே சுட்டும். பாலிமொழிகளில் "சக்க" எனப்படும் "சக்கரம்" மக்கள் வழக்கில் உள்ள ஒன்றைக் குறிப்பது ஆகாது. இது இறையாண்மையைச் சுட்டுவது. "சக்கரத்தைச் சூடியவன்" எனப்படும் "சக்கரவர்த்தி" என்ற சொல்லும், எதிர்ப்பின்றி, தனது தேரின் சக்கரத்தை உலகம் முழுவதும் உருட்டிச் செல்லும் "உலகப்பேரரசன்" என்ற கருதுகோளைக் குறிப்பது ஆகும்.

"தம்மம்" எனப்படும் அறம் (தருமம்) என்ற சொல், வெறும் சட்ட வடிவத்தைச் சுட்டவில்லை, மாறாக, வேறு எம்மொழியிலும் மொழிபெயர்க்க முடியாத உண்மை

நேர்மை ஆகிய உயர் அறங்களைச் சுட்டி நிற்பதாகும். சுருங்கக் கூறின், தம்மம் என்பது புத்தரின் கோட்பாட்டை முழுமையாக உணர்த்தி நிற்கின்றது. பிரவர்த்தனா (பாலி பவ்வத்தனா) என்பது, ''என்றும் நிலையாக இயங்கிக் கொண் டிருக்கும்'' தன்மையை உணர்த்தி நிற்கின்றது. எனவே, இத்தொடரின் முழுப்பொருளும் இதுதான்: ''உலகப் பேரரசன் தன் இறைமாட்சியின் அடையாளமாகிய தேரை – சக்கரத்தை – இயங்குகிறான் என்பதன்மூலம் உண்மையையும் நேர்மை யையும் என்றும் புரந்து வருகிறான்''.

(மேற்கோள், நெடுஞ்செழியன்.,க. இந்தியப் பண்பாட்டில் தமிழும் தமிழகமும், 1989 : 95–96)

இவ்விளக்கத்திலிருந்து நாம் பெறும் கருத்துக்களாக,

1. தருமச் சக்கரம் என்பது புத்தரின் போதனைகளின்படி ஆளும் அரசாட்சியின் தன்மையைச் சுட்டும் குறியீடு ஆகும்.

2. இத்தகைய ஆட்சியின் தன்மைகள் உண்மையும் நேர்மையும் ஆகும்.

ஆகியவற்றைக் கொள்ளலாம். இந்தப் பௌத்த மெய்யியல் வரையறைகளோடு புறநானூற்றில் கள்ளில் ஆத்திரையனாரால் எழுதப்பட்டுள்ள ஆதனுங்கனின் ஆட்சிச் சிறப்பு பற்றிய பாடலை ஆராய வேண்டியுள்ளது.

புறநானூற்றில் 175–வதாக அமைந்துள்ள கள்ளில் ஆத்திரையனார் பாடல்,

''எந்தை! வாழி, ஆதனுங்க! என்
நெஞ்சம் திறப்போர் நிற்காண்குவரே
நின் யான் மறப்பின் மறக்கும் காலை
என் உயிர் யாக்கையின் பிரியும் பொழுதும்,
என்யான் மறப்பின், மறக்குவென் வென்வேல்
விண்பொரு நெடுங்கடைக் கொடித்தேர் மோரியர்
திண்கதிர்த் திகிரி திரிதரக் குறைந்தத்
உலக இடைகழி அறைவாய் நிலைஇய
மலர்வாய் மண்டிலத்து அன்ன, நாளும்
பலர்புரவு எதிர்ந்த அறத்துறை நின்னே''.

(புறநா. 175)

என்பதாகும்.

இப்பாடலில் இடம்பெறும் "மலர்வாய் மண்டிலம்" என்பது ஆதனுங்களின் ஆட்சி அறத்திற்கு உவமிக்கப்பட்டுள்ளது என்றும், புத்த ஜாதகக் கதையில் நல்லாட்சியின் அடை யாளமாகக் குறிக்கப்படும் "ஒளிவட்டமே" திகிரியாக– மலர் வாய் மண்டிலமாக – உருவகிக்கப்படுகின்றது என்றும் பேரா.க.நெடுஞ்செழியன் நிறுவியுள்ளார். இம்முடிவை உறுதிப்படுத்துவதற்கு இப்பாடலில் இடம்பெறும் இன்னொரு பௌத்தக் கருத்தும் இங்கு ஆய்தற்குரியது.

பௌத்தத் தத்துவம் கீழ்க்காணும் நான்கு நிலைகளில் இதர மெய்யியல் பிரிவுகளினின்று வேறுபட்டு நிற்கிறது:

1. கடவுளை ஏற்றுக் கொள்ளாமலிருப்பது

2. ஆன்மாவை நிரந்தரமானதென்று ஒப்புக்கொள்ளா மலிருப்பது

3. எந்த ஒரு நூலையும் கடவுள் அருளியதாக ஒப்புக் கொள்ளாமல் இருப்பது.

4. வாழ்வின் பிரவாகத்தைத் தற்போதைய உடலுக்கு மட்டுமே சொந்தமாகக் கருதாமலிருப்பது.

(ராகுல்சாங்கிருத்தியாயன்.,1985 : 1)

மேற்கண்ட நான்கு அடிப்படை மெய்யியல் நோக்கு நிலைகளில் இரண்டாவது கருத்தை வலியுறுத்திக் கூறுவதாகக் கள்ளில் ஆத்திரையனாரின் இப்பாடல் அமைந்துள்ளது. அதாவது,

"நின்யான் மறப்பின், மறக்கும் காலை
என்உயிர் யாக்கையின் பிரியும் பொழுதும்
என் யான் மறப்பின் மறக்குவென்...."
என்ற பாடலடிகள் சிந்தனைக்குரியவை.
"உன்னை நான் மறக்கமாட்டேன். அவ்வாறு நான்
மறப்பேனாயின் அது எப்பொழுது நிகழும் தெரியுமா?
என் உயிர் உடலைவிட்டுப் பிரியும் பொழுதும்
என்னையே நான் மறக்கும் பொழுது நேர்ந்தாலும்தான்
உன்னை நான் மறப்பேன்"

என்பது இவ்வடிகளின் பொருளாகும்.

உடலைவிட்டுப் பிரிந்தபிறகும் எண்ணங்களைச் சுமந்தபடி அகண்ட வெளியில் உயிர் உலவும் என்பது வைதீகச் சமயங்களின் நம்பிக்கை. ஆனால், உடலைவிட்டுப் பிரிந்த உயிர் எங்கும் நிலைகொள்வதில்லை; அது அழிந்து போகிறது என்பது பௌத்த மெய்யியல் நிலைப்பாடு. இப்பாடலில் இடம்பெறும் கருத்தும், உடலைவிட்டு உயிர் பிரிந்த பிறகு நினைவொழிந்து போகும் என்பதை வலியுறுத்துகிறது. எனவே, இப்பாடல் பௌத்த மெய்யியலைச் சார்ந்தது என்பதை உறுதிப்படுத்த முடிகிறது.

எதிர்ப்பு:

கள்ளி ஆத்திரையனார் தருமச் சக்கரத்தை மலர்வாய் மண்டிலமாக உவமித்துப் பௌத்தச் சிந்தனை பரவி யிருந்த நிலையை உணர்த்துகிற, அதே புறநானூற்றில் இடம்பெற்றுள்ள வெள்ளெருக்கிலையார் பாடலில் பௌத்த மரபை எள்ளிநகையாடும் சிந்தனைப் போக்கும் பதிவாகி யுள்ளது. வெள்ளெருக்கிலையார் என்ற இவரது பெயரிலிருந்து இவர் சிவனிய நெறியினராக இருக்கக்கூடும் என்றும், அதனால் சிவனியநெறி வளரத் தடையாய் விளங்கிய பௌத்த மரபைப் புறந்தள்ளியுள்ளார் என்றும் கொள்ள இடம் உண்டு.

புறநானூற்றில் 233ஆவதாக இடம்பெற்றுள்ள இவரது பாடல் வருமாறு:

"பொய்யா கியரோ பொய்யா கியரோ
பாஅடி யானை பரிசிலர்க்கு அருகாச்
சீர்கெழு நோன்தாள் **அகுதைக்கண் தோன்றிய**
பொன்புனை திகிரியின் பொய்யா கியரோ
இரும்பாண் ஒக்கற் தலைவன், பெரும்பூண்,
போர்அடு தானை, எவ்வி மார்பின்
எஃகுறு விழுப்புண் பல என
வைகுறு விடியல், இயம்பிய குரலே"

(புறநா.233)

இப்பாடலில் இடம்பெற்றுள்ள,

"............ அகுதைக்கண் தோன்றிய
பொன்புனை திகிரியின் பொய்யாகியரோ"

என்ற தொடர் பௌத்த மரபை எள்ளும் தன்மைத்து என்பதைப் பேரா.க.நெடுஞ்செழியன் சுட்டியுள்ளார். அவரது கருத்து வருமாறு;

"தம்ம சக்க பவத்தன சூத்கம் தேரைப் பற்றிக் குறிப்பதைப் போன்றே, சாதகக் கதையில் வரும் "சக்கவத்தி சூத்கம்" நல்லாட்சி புரியும் அரசனின் அரண்மனையில் தோன்றும் "ஒளிவட்டம்" பற்றி விளக்கும். "அவ்வொளிவட்டம் வழி காட்ட, ஓர் அரசன் அது செல்லும் வழியைப் பின்தொடர்நது கொலை, களவு, பொய்கூறல், பிறன்மனை நயத்தல் ஆகிய குற்றங்களிலிருந்து காத்தான்" என்று அச்சாதகத் கதை கூறு கிறது. நல்லாட்சியின் அடையாளமாக, மன்னனின் அரண் மனை முன்பாக நின்று ஒளிவிடும். இவ்வொளி வட்டம் ஆட்சியின் குறைவு ஏற்படும்போது அது தானாகவே மறைந்துவிடும் என்பது பௌத்த மரபு. இத்தகைய நம்பிக்கை உண்மைக்கு மாறானது என்பது போன்ற குறிப்பும் புறநானூறு 223ஆம் பாடலால் அறிய முடிகிறது.... இப்பாடலைப் பாடிய வெள்ளொருக்கிலையார் பௌத்த சமய எதிர்ப்பாளராகலாம்" *(நெடுஞ்செழியன்., க. 1989 : 99)*

கள்ளில் ஆத்திரையனார், வெள்ளொருக்கிலையார் ஆகிய இருவரது பாடலையும் ஒப்பிட்டு நோக்குகையில் சங்க காலத்தில் தமிழகத்தில் இருந்த பௌத்த மெய்யியல் ஏற்பையும், எதிர்ப்பையும் உய்த்துணர முடிகிறது. சங்க காலம் சமயப் பொறைமிக்கது என்பதை மறுபரிசீலனை செய்ய வேண்டிய வண்ணம் பௌத்த சமய எதிர்ப்பு இருந்திருப்பதையும் அறிய முடிகிறது.

(மாதவன்.,சு.2005 : 107 – 112).

பத்துப்பாட்டு நூல்களுள் ஆங்காங்கே பௌத்த வழக்காறுகள் தென்படுகின்றன. மதுரைக் காஞ்சி எனும் நூல் பௌத்த விகாரையில் பௌத்த உபாசகர்கள், உபாசகிகள் பூவைத்து வழிபட்டசெய்தியைக் குறிப்பிடுகிறது.

நெடுநல்வாடை எனும் நூலில் 'பிடகம்' என்ற சொல்

இடம்பெற்றுள்ளது. இச் சொல் பௌத்தத் திரிபிடகத்தைக் குறிப்பதாகலாம்.

தனிநபர் தவமுயற்சிகள் மட்டுமின்றித் தவப்பள்ளி (பட்டினப். 54–55), கடவுட்பள்ளி (மதுரைக். 467), அந்தணர் பள்ளி (மதுரைக்.474), 'பள்ளி' என்ற சொல் இடம்பெறாமலேயே அமணப்பள்ளி (சமணப்பள்ளி) பற்றிய செய்தியை விவரிக்கும் பகுதி (மதுரைக். 475–488) என்றவாறு இன்னுஞ்சில சங்க இலக்கியப் பதிவுகளிலும் (பல்வேறு பள்ளி (நெடுநல்.105) பல்வேறு சமயங்களின் பள்ளிகள் சங்க காலத்தில் இயங்கின என்ற கருத்து உறுதியாகிறது. படுக்கையறை என்னும் பொருளிலும் பல இடங்களில் பதிவாகியுள்ளன.

பௌத்தப்பள்ளி

"சிறந்து புறங்காக்கும் கடவுட் பள்ளியும்" (மதுரைக். 467, 461–467)

அமணப்பள்ளி

அமணப்பள்ளி பற்றி பள்ளி என்ற சொல் இடம்பெறாமலேயே மதுரைக் காஞ்சி குறிப்பிடுகிறது.

(மதுரைக்.475–488)

தவப்பள்ளி

"தவப்பள்ளி ; தாழ்காவின்
அவிர்சடை முனிவர் அங்கி வேட்கும்"

(பட்.54–55)

மான்தோல் பள்ளி மகவொடு முடங்கி"

(பெரும்பாண்.89)

"காந்தள்அம் சிலம்பில் களிறுபடிந் தாங்குப் –'மான் தோலாகிய பன்கையிலே – என்னும் பொருளில் பாம்பணைப் பள்ளி மர்ந்தோன்" பாம்பணையாகிய படுக்கையிலே துயில் கொண்டோன்

(பெரும்பாண்.372–373)

பௌத்த, சமணப் பள்ளிகளின் தாக்கத்தால் உருவான பிற சமயப்பள்ளிகள் (சைவ, வைணவ) இவையாகலாம்.

படுக்கையறை / பிற பள்ளிகள்

"எழினி வாங்கிய ஈர்அறைப் பள்ளியுள்"

(முல்லை.64)

"ஒருகை பள்ளி ஒற்றி, ஒருகை

"திரையை வளைத்த இரண்டாகிய அறையினுள்ளும் உள்ளறையாகிய பள்ளியறையில்..." –படுக்கையறை எனும் பொருளில்

முடியொடு கடகம் சேர்த்திஞ்"

(முல்லை. 75–76)

"ஒரு கையைப் படுக்கையின்மேலே வைத்து" –படுக்கையறை என்னும் பொருளில்

"நெடுநகர் வீழ்ந்த கரிகுதிர்ப் **பள்ளி**க்

குடுமிக் கூகை குரலொடு முரல"

(மதுரைக். 169 –170)

"இலைமேல் குரம்பை உழை அதட் **பள்ளி**"

(மதுரைக்.–310)

"இரவும் பகலும் மயங்கி கையற்று

மதலைப் பள்ளி மாறுவன இருப்ப"

(நெடுநல். 47–48)

"வேனிற்**பள்ளி**த் தென்வளி தரூஉம்

நேர்வாய்க் கட்டளை திரியாது தின்நிலைப்

போர்வாய்க் கதவம் தாழொடு துறப்ப"

(நெடுநல். 60 –62)

"பல்வேறு **பள்ளி**தோறும் பாய்இருள் நீங்க"

(நெடுநல்.105)

"சேய்அளைப் **பள்ளி**, எஃகு உறுமுள்ளின்"

(மலைபடு.300)

"மெய்உரித்து இயற்றிய மிதிஅதட் **பள்ளி**"

(மலைபடு.419)

"..................................நல்யாழ்ப்

பண்ணுப் பெயர்த்தன்ன காவும் **பள்ளி**யும்

(மலைபடு.451)

பௌத்த, சமணப் பள்ளிகள் என்பவை முதன்முதலில் பள்ளிகள் என்ற சொற்பயன்பாட்டைக் கொண்டுவந்திருக் கலாம். பௌத்த சமணத் துறவிகள் படுக்கும் இடமே கல்வி போதிக்கும், மருத்துவம் பார்க்கும், சமைக்கும் இடங்களாகவும் பயன்பட்டு வந்ததன் மரபின் அடிப்படையில், பிற்காலத்தில் படுக்கையறைகளையும் சமையலறைகளையும் பள்ளிகள் என்றழைக்கும் வழக்கம் வந்திருக்கக்கூடும்.

முடிவுகளாக...

இதுகாறும் ஆய்ந்த நிலையிலிருந்து பின்வரும் முடிவு களைத் தொகுக்கலாம்:

1. பௌத்தப் பிடகக் கருத்தை முற்றாக ஏற்கும் அளவிற்குத் தமிழகத்தில் பௌத்தம் பரவி இருக்கிறது.

2. வைதிக மரபுக்கு முற்றிலும் எதிரான பௌத்த மெய்-யியலின் ஆன்மா மறுப்பு புறநானூற்றில் பதிவாகி இருப்பது பௌத்தம் தமிழகத்தில் கொண்டிருந்த பிடிமானத்தை வெளிப்படுத்துகிறது.

3. பௌத்த மெய்யியலுக்கு எதிரான சிந்தனைப் பள்ளி ஒன்று உக்கிரமான கருத்தியல் தாக்குதலை அதன்மீது செலுத்தி இருப்பதால் சங்க காலம் சமயப்பொறை மிக்க காலம் என்கிற கருத்து மறுபரிசீலனைக்கு உரியதாகிறது.

4. சங்க இலக்கியங்களில் வழிபாட்டுக் குறிப்புகளோடு தென்படும் பௌத்த வழக்காறுகளோடு மெய்யியல் பதிவுகளும் இடம்பெற்றுள்ளன.

5. பௌத்த சார்பு மக்கட் பெயர்கள் சங்க காலத்தில் கணிசமான அளவில் வழக்கில் இருந்துள்ளன.

6. பௌத்த மெய்யியல் பின்புலத்தோடு சங்க இலக்கியத்தை ஆராய்ந்தால் மேலும் பல புதிய வெளிச்சங்கள் கிடைக்கக்கூடும்.

பயில் நூல்கள்

நெடுஞ்செழியன்.,க. ***இந்தியப் பண்பாட்டில் தமிழும் தமிழகமும்,*** மனிதம் பதிப்பகம், திருச்சிராப்பள்ளி, 1989

பிக்கு போதிபாலா., ஜெயபாலன்.,க. அன்பன்.,இ. (தொ.) ***பௌத்தமும் புறநானூறும்*** (அறிவுராஜ்.,ந.), ***தமிழ்ப்பண்பாட்டில் பௌத்தம்,*** காவ்யா, சென்னை, 2013

புலவர்கள்., சங்க இலக்கியத் தொகுப்பு நூல்கள், கழகப் பதிப்பு, 2004

மாதவன்.,சு. ***இந்தியச் சமூகம்: மார்க்சும் பெரியாரும்,*** அனன்யா, தஞ்சாவூர், 2005.

மாதவன்.,சு. ***தமிழ் அறஇலக்கியங்களும் பௌத்த சமண அறங்களும்,*** செம்மொழி, தஞ்சாவூர், 2008.

மாதவன்.,சு. ***தமிழ்ச் செவ்விலக்கியங்களில் பௌத்த வழக்காறுகள்,*** செம்மொழிக் கருத்தரங்கம், தமிழ்மொழித் துறை, திராவிடப் பல்கலைக் கழகம், குப்பம், ஆந்திர மாநிலம், 2013.

ராகுல சாங்கிருத்தியாயன்., ***பௌத்தத் தத்துவ இயல்,*** நியூசெஞ்சுரி புக் ஹவுஸ், சென்னை, 1985.

ஜகந்நாதராஜா.,மு.கு. ***இந்திய மொழிகளில் ஒப்பிலக்கியம்,*** நர்மதா பதிப்பகம், சென்னை, 1994.

● செம்மொழிப் பயிலரங்கம், குந்தவை நாச்சியார் அரசினர் மகளிர் கலைக்கல்லூரி, தஞ்சாவூர், செம்மொழி தமிழாய்வு மத்திய நிறுவனம், சென்னை, ஒருங்கிணைப்பாளர்: முனைவர் இரா.திராவிடராணி, 21–30 ஜனவரி 2015.

● www.muthukamalam.com <http://www.muthukamalam.com>, ISSN 2454 -1990, UGC Approved Journal No: 64227, Oct 2016.

4. தமிழ்ச் செவ்விலக்கியங்களில் பௌத்த வழக்காறுகள்

தமிழ்ச் செவ்விலக்கியங்களில் பௌத்த வழக்காறுகள் இடம்பெற்றுள்ள போக்குகளைத் தொட்டுக்காட்டத் தொடர்கிறது இந்தக் கட்டுரை. 'பௌத்தக் கோட்பாடு நோக்கில் சங்க இலக்கியம்' என்ற முந்தைய கட்டுரையின் விரிவுத் தொடர்ச்சியெனும் நிலையில் அந்தக் கட்டுரையின் முகவுரையையே இந்தக் கட்டுரைக்குமான முகவுரையாகக் கொண்டு தொடர்ந்து படிக்கலாம்.

பௌத்த வழக்காறுகள்

மனிதர்களின் சிந்தனைகளிலும் செயல்களிலும் இரண்டறக் கலந்திருப்பனவற்றை வழக்காறுகள் என்கிறோம். அவை வாழ்வியலின் கருத்தியல்நிலையிலும் பண்பாட்டுநிலையிலும் தன்னியல்பாய் உருவானவையும் வந்து கலந்தனவையாகவும் அமைகின்றன. இத்தகைய வழக்காறுகளை,

1. நம்பிக்கைகள்
2. வழிபாடுகள்
3. சடங்குகள்
4. நடத்தை நெறிகள் / கடைப்பிடி நெறிகள்

என்ற நான்கு வகைகளுக்குள் அடக்கலாம். இவற்றுக்குள் பௌத்த வழக்காறுகளாக எவை எவை தொழிற்பட்டன என ஆராயலாம்.

பதினெண்கீழ்க் கணக்கில் பௌத்தக் கடைப்பிடி நெறிகள்

திரிசரணம் – மூன்று வணக்கம்

ஆரிய சத்தியம்	– நான்கு வாய்மைகள்
அட்டாங்க மார்க்கம்	– எண்வகை நெறிகள்
தச சீலம்	– பத்துக் கடைபிடி நெறிகள்
பிரதீத்ய சமுத்பாதா	– பன்னிரு சார்பு நெறியறிதல்

போன்ற பற்பல கடைப்பிடிநெறிகளைத் தன்னகத்தே கொண்டு திகழ்வது பௌத்தம். இவற்றுள் பலவற்றின் சிந்தனைச் சிதறல்களைப் பதினெண்கீழ்க் கணக்கு நூல்களில் பரவலாகக் கண்ணுற முடிகிறது (வரிவான விவரங்களுக்கு, மாதவன்.,சு. *தமிழ் அற இலக்கியங்களும் பௌத்த சமண அறங்களும், 2008 & 2016).*

திருக்குறளில் ஒப்புரவறிதல், கொல்லாமை, இன்னா செய்யாமை, கள்ளாமை, பொய்யாமை, கள்ளுண்ணாமை, மெய்யுணர்தல் போன்ற பல அதிகாரங்களில் பௌத்தச் சிந்தனைகளைப் பரக்கக் காணலாம். பௌத்தப் பன்னிரு சார்பு நீக்கக் கோட்பாட்டு வழக்காறு, பௌத்த வழக்காறுகளுக்கு அடிப்படை பன்னிரு சார்புகளும் அதன் நீக்கமும் ஆகும். எனவே, பன்னிரு சார்பு நீக்கம் குறித்த சிந்தனைகளின் பதிவுகளைத் திருக்குறளில் காணலாம்.

பன்னிரு சார்புகளாவன:

பேதைமை (அவித்தை), செய்கை (ஸம்ஸ்காரங்கள்), உணர்வு (விஞ்ஞானம்), அருவுரு (நாமரூபம்), அறுவகை வாயில்கள் (ஷடாயதனங்கள்), ஊறு (இன்பம் துன்பம்) (பதோ), நுகர்வு (வேதனா), வேட்கை (தண்ஹா), பற்று (உபாதானம்), கருமக்கூட்டம் (பவோ), பிறப்பு (ஜாத்தி)

இவை ஒவ்வொன்றும் அடுத்தடுத்து வரும் ஒவ்வொன் றையும் தோற்றுவித்து வளர்த்தெடுத்துச் செல்கின்றன. பேதை மையில் தொடங்கி ஒவ்வொன்றாய் வளர்ந்து இறுதியில் அவை பிறப்பை உருவாக்குகின்றன. பேதைமை எனும் மூலச்சிந்தனை இயல்பு அழிந்தால் – ஒழிந்தால் –வராமலிருந்தால் – பிறப்பு என்பதே நேராது – தோன்றாது. இக்கருத்தை,

**“பிறப்புஎன்னும் பேதைமை நீங்கச் சிறப்பு என்னும்
செம்பொருள் காணபது அறிவு”**

(குறள்)

என்னும் குறள் மிகத்தெளிவாக வலியுறுத்துகிறது வலி யுறுத்தித் தெளிவிக்கிறது. எனவே,

**“சார்புணர்ந்து சார்புகெட ஒழுகின் மற்றழித்துச்
சார்தரா சார்தரும் நோய்”**

(36.9)

என்றவாறு,

**‘யாதெனின் யாதனின் நீங்கியான் நோதல்
அதனின் அதனின் இலன்”**

(குறள்)

என்று வாழ்க்கைக் கடைப்பிடிநெறிகளைப் பின்பற்ற வேண்டும் என்பதை வள்ளுவம் வலியுறுத்துகிறது.

இத்தகைய நோக்குநிலையில் நின்று பன்னிரு சார்புகளும் நீங்க திரிசரணத்தைக் கடைப்பிடித்து நான்கு வாய்மை அறிந்து பஞ்சசீலத்துடன் அட்டாங்க மார்க்க நெறிநிற்றல் வேண்டும் என்பதை வள்ளுவம் பௌத்த வழக்காறுகளுடன் சிந்தனையைத் தூண்டுகிறது என்பது தெளிவு.

பன்னிரு சார்புகளை அறிதலே பௌத்த உண்மைத் தேட்டம். இத்தகைய தோட்டத்தைத் தடுப்பனவற்றை ‘ஆஸவங்கள்’ என்கிறது பௌத்த மெய்யியல் வழக்காறு. ஆஸவங்கள் நான்கு வகைப்படும். இந்நான்கு ஆஸவங்கள், என்கிறது பௌத்த மெய்யியல் வழக்காறு. எவ்வாறு உண்மைத்தோட்டத் தடுப்புகளாகச் செயல்படுகின்றன. என்பதை வள்ளுவம் ஆங்காங்கே குறிப்பிடுவனவற்றை தொகுத்துப் பகுத்து ஒப்புநோக்கி அறியலாம்.

‘பழமொழியும், பன்னிருசார்பு நீக்கக் கோட்பாடும்’ எனும் பௌத்த வழக்காற்றைப் பின்வரும் பாடலில் வெளி யிட்டுள்ளது:

**“திரியும் இடிஞ்சிலும் நெய்யும் சார்வு ஆக
எரியும் சுடர்ஓர் அனைத்தால்; தெரியுங்கால்**

சார்புஅற ஓடிப் பிறப்பு அறுக்கும்; அஃதேபோல்
நீர்அற நீர்ச்சார்பு அறும்"

(பழ.219)

திரியும் நெய்யும் சார்ந்திருக்கும் வரை சுடர் சுடர்கின்றது. திரியும் நெய்யும் அற்றுப்போகவே சுடர் அணைகின்றது. நீரோட்டம் உள்ளவரை நீர்ச்சார்பால் பசுமை வளர்கின்றது. நீரோட்டம் அற்றுப்போகின்றபோது பசுமை உலர்ந்து காய்ந்துபோகின்றது. அதுபோல்தான், ஒவ்வொரு சார்பினால் பன்னிரு சார்புகளும் வளரப் பிறப்பு நேர்கின்றது. ஒவ்வொரு சார்பும் அற்றுப்போகும்போது பிறப்பு அறுபட்டுப் பிறவாப் பெருநிலை எய்தப்படுகின்றது என்ற பௌத்தப் பன்னிருசார்புக் கோட்பாடு விளக்கமுறுகின்றது.

ஓர் அறையுள் பாம்பொடு உறைந்த புத்தர்

புத்தர், புத்தஞானம் பெற்ற பிறகு பல்வேறு இடங்களுக்குச் சென்று தன் நடுவழிப்பாதைக் கோட்பாட்டை (மத்திய மார்க்கம்) விளக்கிச் சொல்லிவந்துகொண்டிருந்த காலத்தில், ஒருநாள் உருவேலா என்னும் கயையில் உள்ள காசியபருடைய தவப்பள்ளிக்குச் செல்கின்றார். அங்கு காசியபரிடம் ஒரு வேண்டுகோள் விடுக்கிறார். அதாவது, 'இன்று இரவுப் பொழுதுஆகிவிட்டதால், தங்களின் தவப்பள்ளியில் ஒரு நாள் இரவு மட்டும் தங்கிச்செல்ல அனுமதிக்க வேண்டும்'' என்று கோருகிறார். அதற்குக் காசியபர், "புத்தரே! இங்கு உறைவிட வசதி தாங்கள் தங்கும்படியான நிலையில் இல்லை. இருக்கும் ஒரு அறையிலும் நாகம் ஒன்று குடியிருக்கிறது. அங்கு தங்கினால் தங்களுக்குத் துன்பம் உண்டாகி விடுமே! என்ன செய்வது'' என்று மறுகினார். உடனே புத்தர், 'காசியபரே! கவலைப்படாதீர் அந்த ஓர் அறையே போதுமானது. நான் தங்கிக் கொள்கிறேன்'' என்று சொல்லவும் காசியபரால் மறுமொழி பேச இயலவில்லை. புத்தர் அன்று இரவு அங்கு தங்கினார். இரவில் காசியபர் சொன்னதுபோலவே நாகம் சீறிக்கொண்டே இருந்தது. புத்தர் தன் ஞானபலத்தாலும் ஆன்ம உறுதியாலும் எதிர்கொண்டேயிருந்துள்ளார். விடிந்து, போய் அறைக்குள் பார்த்தார் காசியபர். நாகம் செத்துச்சுருண்டு

கிடந்தது. புத்தர் ஞான ஒளி மேன்மையுற அழகுறத் தோன்றினார். இப்படி, புத்தர் தன் ஞானபலம், தவவலிமை, மனஉறுதி, அஞ்சாமை ஆகியனவற்றால் நஞ்சுகொள் – நஞ்சுகொல் நாகத்தைச் சாகடித்தார் என்ற கதை ஒரு பௌத்த வழக்காறாக வழங்கப்பட்டு வருகிறது. இந்த வழக்காற்றைப் பழமொழி என்னும் நூல் கீழ்வரும் பாடலில் பதிவு செய்துள்ளது:

"தலைமை கருதும் தகையாரை வேந்தன்
நிலைமையான் நேர்செய் திருத்தல் – மலைமிசைக்
காம்பு அணுக்கும் மென்தோளாய் அஃதன்றோ **ஓர் அறையுள்**
பாம்பொடு உடன்உறையு மாறு"

(பழ.249)

பௌத்த பஞ்சசீலம்

கொல்லாமை, கள்ளாமை, பொய்யாமை, காமமின்மை, கள்ளுண்ணாமை ஆகியன பௌத்தப் பஞ்சசீலங்கள் ஆகும். இவற்றை வலியுறுத்தும் பாங்கை அன்றைய சமணம் உள்ளிட்ட பல சமயங்களும் கொண்டிருந்தன. எனவே, சமூகப் பொதுநெறியாகவும், பௌத்த சமய அறநெறியாகவும் திகழ்ந்த இப் பஞ்சசீலங்களைத் திரிகடுகம், நான்மணிக்கடிகை, சிறுபஞ்சமூலம், ஏலாதி போன்ற பதினெண்கீழ்க் கணக்கு நூல்களும் ஆங்காங்கே பதிவு செய்துள்ளன.

(விரிவான விவரங்களுக்குப் பயில்க, மாதவன்.,சு. தமிழ் அற இலக்கியங்களும் பௌத்த, சமண அறங்களும், 2008/ 2016)

காப்பியங்களில் பௌத்த வழக்காறுகள்

சிலப்பதிகாரத்தில்...

காப்பியங்களில் தமிழ்ச் செவ்விலக்கிய வரிசையில் இடம்பெற்றிருக்கும் நூல்கள் இரண்டு மட்டுமே – சிலம்பும் மேகலையும். இரண்டினுள் சிலப்பதிகாரத்தில் சில இடங் களில் மட்டும் பௌத்த வழக்காறுகள் பதிவாகியுள்ளன.

1. “பணையைந்து ஓங்கிய பாசிலைப் போதி
ஆணிதிகழ் நீழல் அறவோன் திருமொழி”

(சிலப்.10 :11–12)

2. “அந்தர சாரிகள் அறைந்தனர் சாற்றும்
இந்திர விகாரம் ஏழுடன் போகிப்...”

(சிலப்.10 :13–14)

வரந்தரு காதையில் ‘மங்களமடந்தைக் கோட்டம்’ என்று குறிப்பிடப்பட்டிருப்பது இன்றைய குமிளி (கேரளா) யிலுள்ள மங்களாதேவி கோட்டமேயாகும். அக்கோட்டத்தில் சாத்தனார் (பாசண்ட சாத்தன்), மங்களா தேவி என்கின்ற பூர்ணகிரி, ஆளுடைய நாச்சியார் (பூர்ணாதேவி), புஷ்கலா தேவி ஆகியோருக்குக் கோயில்கள் உள்ளன. இந்த அமைப்பு தாந்திரீக் அமைப்பு ஏற்பட்டதன் பின்னர் உண்டானது ஆகும் (செல்லன் கோவிந்தன்.,2001 : 147) தமிழகம் முழுக்க இருக்கும். ஐயனார் கோவில்கள் எல்லாம் இந்த பௌத்தப் பின்னணியில் உருவானவையாகும் என்ற நோக்கில் ஆராயலாம்.

மணிமேகலையில்...

மணிமேகலையில் பௌத்தம் என்று தனியே சிந்திக்க வேண்டியதில்லை. ஏனெனில், மணிமேகலையே முழுநிறை பௌத்தக் காப்பியம் ஆகும். இன்னுஞ் சொன்னால் ஒரே நேரத்தில் அது பௌத்தக் கலைக் களஞ்சியமாகவும் பல்சமயக் களஞ்சியமாகவும் திகழ்கிறது.

புத்தவழிபாடு

மஹாயான பௌத்தமும் ஈனயான பௌத்தமும் கலந்த வழிபாட்டு நெறிகள் மணிமேகலையில காணக் கிடைக்கின்றன:

1. **“அந்தரத்தில் பறத்தல், உருமாறுதல், தாந்திரீகத்தன்மை கொண்ட உருவ வழிபாட்டு புத்தர்”**
2. புத்த பாத பீடிகை வணக்கம் – ஹீனயான பௌத்தம்

(செல்லன் கோவிந்தன்., 2001 : 150)

புத்தனை வழிபடத் தொடங்கிய மகாயான பௌத்தத்தில் வைணவநெறியான சரணாகதிக் கொள்கை (மணி.30: 3–5) இடம்பெற்றுள்ளது.

"புத்த தன்ம சங்க மென்னும்
முத்திற மணியை மும்மையின் வணங்கி
சரணா கதியாய்ச் சரண்சென் றடைந்தபின்"

(மணி: 30 : 3–5)

சரணாகதியாகிவிட்டால், உள்ளம்நெக்குருகப்பாடிவேண்ட வேண்டுமே? அதுவும் வந்துவிடுகிறது. பௌத்தத்துக்குள், போற்றிப் பாடல்கள் எனப்படும் பாசுரவடிவில் சாத்தனார் ஆங்காங்கே பாடியுள்ளார்:

"எங்கோ னியல் குணனேதமில் குணப்பொருள்

.... பாசுரம்–1 (5 : 71–79)

"புலவன் தீர்த்தன் புண்ணியன் புராணன்

....பாசுரம்–2 (5 : 98–105)

"இளவள ஞாயிறு தோன்றியதென்ன"

....பாசுரம்–3 (10 : 11–15)

"மாரனை வெல்லும் வீர நின்னடி

....பாசுரம்–4 (11 : 61–70)

(கந்தசாமி., சோ.ந.1977 :10–11)

புத்தரின் பெயர்கள்

மகாயான பௌத்த மரபில் புத்தருக்குப் பல பெயர்கள் தோன்றின. ஒவ்வொரு பெயருக்குள்ளும் வைதீகச் சார் பெதிர்ப்புக் கூறுகள் இருப்பதாய்க் காணமுடிகிறது.

உலகத் தோற்றத்திற்குமுன் ஒளிர்ந்த பரம்பொருள்தான் ஆதிநாதர் என்றும் ஆதிபுத்தர் என்றும் தொழப்படும் இறைவன் ஆகும். இவர் அவ்வப்பொழுது மக்களை நெறிப்படுத்த அவதாரம் எடுப்பார். இங்ஙனம் காரண்ட வியூகம் என்னும்

மகாயான நூல் மொழிகிறது. மணிமேகலையில் ஆதிமுதல்வன் *(6 : 11, 10 : 61, 12 : 37, 107, 29 : 23)*, ஆதிசால் முனிவன் *((7:19)*, ஆதிசினேந்திரன் *(29 : 47)* முதலிய திருப்பெயர்கள் உலகிற்கு ஆதியாய் உள்ள முதல்வனாகப் புத்தர்பிரானைச் சுட்டும் தொடர்களாக வழங்குகின்றன. ஆதிபகவன் என்ற குறள் தொடரும் இவற்றுடன் இணைத்து நோக்கத்தக்கது.

பகவன் என்ற சொல், மணிமேகலையிலும் புத்தரைக் குறிக்கும், *(3 : 61, 26:54)*, முதல்வன் *(25 : 58, 28: 120)*, மன்னுயிர் முதல்வன் *(25 : 117, 29: 15)*, முன்னவன் *(28 : 141)*, தொல்லோன் *(11: 64)*, தலைவன் *(11 : 43, 15 :26), 12 : 55)*, நாதன் *(11 : 173 –4 , 12: 101 –2, 12: 101 –2, 26 : 47, 28:77, 89, 144, 29: 24)*, புராணன் *(5:98)*, எங்கோன் *(11:126, 5:71)*, அண்ணல் *(26:53)* எனவரும் திருப்பெயர்களும் புத்தபிரானின் முதன்மை தன்மையினை *(பரத்துவம்)* மொழிவனவாக உள்ளன *(கந்தசாமி.,சோ.ந.1977 : 11–12)*.

புத்தர் பலர் என்னும் வழக்காறு

பாடலிபுத்திரத்தில் கி.மு.243ல் நடைபெற்ற மூன்றாவது பௌத்த கூட்டத்தில் கௌதமருக்கு முன்னால் வாழ்ந்த புத்தர்கள் 24 பேர் என்று நிச்சயித்தனர் *(செல்லன் கோவிந்தன்., 2001:155)*. இதை,

“இறந்த காலத்து எண்ணில் புத்தர்களும்”

(மணி. 30 : 14)

என்று மணிமேகலை வழங்குகிறது.

புத்தரின் அவதாரம் குறித்த வழக்காறுகள்

புத்தரின் அவதாரம் குறித்த வழக்காறுகள் ஹீனயானத்தில் இல்லை. மகாயானம் அது குறித்து நிறையப் பேசியுள்ளது. கடவுள் அவதார மறுப்புக் கொள்கை கொண்ட புத்தரையே பரம்பொருளாக வழிபட்டதன் விளைவு இது. புத்தசரிதம், இலலித விஸ்தரம், இலங்காவதார சூத்திரம், மகாவத்து முதலிய மகாயான நூல்களில் புத்தரின் அவதாரம் புனைந்

துரைக்கப்பட்டது. சுத்தபிடகத்தின் முதல் நான்கு நிகாயங்களில் கௌதம புத்தருக்குமுன் ஆறு புத்தர்கள் இருந்தனர் என்ற செய்தி இடம்பெற்றுள்ளது. புத்தவமிசம் என்ற நூலில் 24 புத்தர்களைப் பற்றிய குறிப்பு உண்டு.

மகாயான நூல்கள்	**காலம்**	**புத்தரின் தொகை**
1. மஹாவஸ்து	கி.பி. 100–200	முந்நூறு மில்லியன்
2. புத்தசரிதம்	கி.பி. 200	கங்கைக் கரையின் மணலை ஒத்தவர்
3. இலங்காவதார சூத்திரம்	கி.பி. 300	கங்கைக் கரையின் மணலை ஒத்தவர்
4. லலிதவிஸ்தரம்	கி.பி. 300	பத்து மில்லியன்
5. சத்தரும புண்டரிகம்	கி.பி. 300–400	பத்து மில்லியன்
6. சுகாவதி வியூகம்	கி.பி. 300	எண்ணிறந்தவர்
7. கருணா புண்டரிகம்	கி.பி. 300	எண்பத்தொன்று மில்லியன் நியூதங்கள்
8. பிரஞ்ஞா பாரமித சதகம்	கி.பி. 300	எண்ணிறந்தவர்

இந்நூல்களின் பயிற்சி சாத்தனார்க்கு இருந்திருத்தல் வேண்டும். இம் மகாயான நூல்களை அடியொற்றியே, “ இறந்த காலத்து எண்ணில் புத்தர்களும் (30 : 14) என்று மணிமேகலையில் குறித்துள்ளார் சாத்தனார்.

இனிப் பிறக்கப்போகும் புத்தருக்கு ‘மைத்ரேயர்’ என்று பெயர் என்கின்றனர். இவ்வாறு, புத்தரின் அவதாரம் இரு வகைகளில் பேசப்படுகிறது:

1. புத்தர் இவ்வாறெல்லாம் பிறந்தார்
2. இவர்தான் புத்தராகப் பிறந்தார்

இதுவரை கண்டவை முதல்வகை. இரண்டாம் வகையில், இந்தியாவில் உள்ள பெரும்பான்மையான சமயங்களில் கடவுளர்களின் முந்தைய – பிந்தைய அவதாரம் தான் புத்தர் என்னும் வழக்காறு நிலவுகிறது. சிவன், திருமால், பிரம்மா போன்ற கடவுள்கள்தான் புத்தராக அவதரித்தார்கள் என்று

ஒவ்வொரு சமயங்களும் சொல்கின்றன. அந்த அளவுக்குக் கருத்தியல், மெய்யியல், வாழ்வியல் ஏற்புக்குரியவராகப் புத்தர் திகழ்கிறார் என்பது பெறப்படுகிறது.

புத்தர் வருகை நிமித்தங்கள்

வைதீக இருள் படர்ந்துகிடந்த இந்திய நாட்டில் ஞாயிறன்ன புத்தன் ஒளிபரப்பினான் என்பதை,

"இருள் பரந்து கிடந்து மலர்கலி யுலகத்து
விரிகதிர்ச் செல்வன் தோன்றின னென்ன
வீரெண்ணூற்றோ டீரொட்டாண்டினில்
பேரறிவாளன் தோன்றி மகதநன் னாட்டும்
கொருபெருந் திலகமென்
சாக்கைய ராளுத் தலைத்தா வேந்தன்
ஆக்கையுளுள் றுதித்தன னாங்கவன் றானென?" *(.....)*

என்று மணிமேகலை பாடுகிறது.

உலகில் புனிதர்கள் தோன்றும்போதெல்லாம் சில நிமித்தங்கள் நிகழ்ந்தனவாகக் கூறுதல் மரபு. இயேசு, முகம்மது நபி போன்றோர் தோன்றியபோது சில அதிசய நிகழ்வு நிமித்தங்கள் நடைபெற்றன என்பர். அவ்வாறே, புத்தர் தோன்றியபோதும் நிகழ்ந்தன என்று மணிமேகலை குறிப்பிடுகிறது:

"புத்த ஞாயிறு தோன்றுங் காலைத்
திங்களும் ஞாயிறுந் தீங்குறா விளங்கத்
தங்கா நாள்மீன் தலைமையின் கடக்கும்
வானம் பொய்யாது மாநிலம் வளப்படும்
ஊனுடை உயிர்கள் துயரைக் காணா
வளிநிலம் கொட்டும் மாதிரம் வளம்படும்
.."

(மணி 12 : 86–103)

இவ்வாறே, கடல் நலம் பல தரும்; பால்மிக ஊறும்; பறவை உணவுக்காக வேற்றிடம் நீங்கா; பகைமை நீங்கும்... என்றவாறு இயற்கையில் நிகழச் சாத்தியமானவற்றைக் கூறியிருப்பதே பௌத்த வழக்காற்றின் சிறப்பு எனலாம்.

பௌத்த கடைப்பிடி நெறிகள்

சமயங்கள் பெரும்பாலும் தத்தம் கடைப்பிடி நெறிகளை இரண்டாக வகுத்துக் கொண்டன: 1. துறவியர் அறநெறிகள், 2. இல்லறத்தார் அறநெறிகள். பௌத்தக் கடைப்பிடிநெறிகளில் பெரும்பான்மையனவை இருவருக்கும் பொதுவானவை. காமவிழைவு நீக்கம் தவிர்த்த பிறவெல்லாம் பொது அறநெறி களாகவே விளங்குதல் பௌத்தத்துக்கே உரிய பெருஞ் சிறப்பாகும். (இல்லற நெறியிலும் பிறன்மனை நயவாமை என்பது உண்டு).

பௌத்தக் கடைப்பிடி நெறிகளைப் பின்பற்றுவதற்கான மெய்யியல் பின்புலத்தைத தருவன நால்வகை வாய்மைகள். நால்வகை வாய்மைகளின்படி துன்பநீக்க வழிகள் என்னும் நான்காவது வாய்மையின் நெறிமுறைகள்தாம் பௌத்தக் கடைப்படி நெறிகள் ஆகும். அவை முறையே பஞ்சசீலம், எண்வகை சீலம், பத்துச் சீலம் (பத்துப்பாரமிதைகள்) போல்வன. இவையனைத்தும் வாழ்வியலைச் செம்மை யாக்குவன.

எவ்வுயிரும் தன்னுயிர்போல் நோக்கில் (கொல்லாமை), (மணி. 13 : 16 : 84–85, 16 : 116–117), தனக்குரிமையில்லா பிறர்க்குரிமைப் பொருளைத் திருடாமை (கள்ளாமை) (மணி. 23 : 124–77), பிறன்மனை நோக்காப் பேராண்மை (காமமின்மை) (மணி.) எல்லாத் தீங்குகளுக்கும் காரணியான பொய்சொல்லாமை (பொய்யாமை) (மணி. 22 : 61,), மயக்கமும் மடிமையும் தரும் கள்வகை தவிர்த்தல் (கள்ளுண்ணாமை), என்றவாறு தொடரும் பல்வகைக் கடைப்பிடி நெறிகளும் பௌத்த வாழ்வியலுக்கான வழக்காறுகளாகும்.

பௌத்த சீலங்களைப் பின்பற்றவதற்கு வாழ்வியல் நல்வினை, தீவினை அறிந்த தீவினை ஒழித்து நல்வினையாற்றல் வேண்டும். தீவினைகளின் எதிர்நிலை நல்வினை, நல்வினை களின் எதிர்நிலை தீவினை என்னும் புரிதலின் அடிப்படையில் கடைப்பிடிநெறிகள் அமையும்.

தீவினைகள் 10 நிலைகளில் 3 வகைகளில் மனிதனைப் பற்றுகின்றன:

உடலால் – 3 – கொலை, களவு, காமம்

வாயால் – 4 – பொய், குறளை, கடுஞ்சொல், பயனில்கொல்

மனதால் – 3 – வேட்கை, வெகுளி, பொல்லாக்காட்சி

(மணி.,xxx II : 66–77)

தீவினை 10–ம் நீங்கி அதன் மறுதலை எதிர்நிலையைப் பின்பற்றினால் அதுவே நேர்நிலை நெறியாகும். நல்வினை 10 குறித்து ஆகம சூத்திரம் பேசுவதை மணிமேகலை அப்படியே பேசுகிறது

(மணி: 11 : 76–81)

பௌத்தக் கடைப்பிடி நெறிகள் அனைத்தையும், முழுமையாக – முறையாகப் பதிவுசெய்துள்ள ஒரே தமிழ் இலக்கியம் மணிமேகலையாகும். இந்தவகையில், மணி மேகலை ஒரு பௌத்தக் களஞ்சியமாகத் திகழ்கிறது.

பௌத்தத் தெய்வங்கள்

பௌத்த வாழ்வியலின் முன்மாதிரிகளாகப் பௌத்த தெய்வங்கள் விளங்குகின்றன. ஹீனயான பௌத்தத்தில் இல்லாத இந்த தெய்வ உருவாக்கங்கள் மகாயான பௌத் தத்தால் உருவாக்கப்பட்டவை. மணிமேகலைக் காப்பியத்தில் மணிமேகலா தெய்வம் உட்பட பல தெய்வங்கள் இடம் பெற்றுள்ளன. அவற்றுள் பெண் தெய்வங்களும் உள்ளன. ஆண் தெய்வங்களும் உள்ளன.

பெண் தெய்வங்களாவன

மணிமேகலா தெய்வம், தீவதிலகை, சம்பாபதி, மணி மேகலை. சிந்தாதேவி, கந்திற்பாவை, கண்ணகி ஆகியோர்.

ஆண் தெய்வங்களாவன

புத்தன், இந்திரன், சாத்தன், தருமராசன், அறவணஅடிகள்,

புண்ணியராசன், சங்க தருமன், கோவலன், மாரன் ஆகியோர்.

பெண் தெய்வங்களில் மணிமேகலா தெய்வம் கடற் தெய்வமாக வழங்கப்படுகிறது. அதிலும் கடல்திசை காட்டும் தெய்வமாக இயங்குகிறது. மணிமேகலைக் காப்பியத்தினதும் பௌத்த சமயத்தினதுமான முதன்மை நோக்கம் பசி ஒழிப்பே. இந்தப் பசி ஒழிப்புக்கு உரிய அமுதசுரபியை மணிமேகலைக்குச் சொன்னது இந்த மணிமேகலா தெய்வமே. கடலில் தத்தளிப்போருக்குத் திசைகாட்டுவதுபோலப் பசியில் துன்புறுவோர்க்கு உணவுதந்து பசியமர்த்தும் கலங்கரை விளக்கமாக மணிமேகலை தானே விளங்குகிறாள். பௌத்த ஜாதகக் கதைகள் இரண்டினில் மணிமேகலா தெய்வத்தின் கதை இடம்பெற்றுள்ளது. அவைமுறையே சங்கா ஜாதகா, மகாஜனக ஜாதகா ஆகியவை.

சங்கா ஜாதகவில் வரும் மணிமேகலா எனும் கடல் தெய்வம் குறித்த கதை வருமாறு:

“மோலினீ என்னும் வாரணாசியில் ஒரு பிராமணன். அவன் பெயர் சங்கா, அவன் தானம் செய்வதற்காகச் சுவன்ன பூமிக்குப் போனான் (சுவன்னா பூமி – தங்க நாடு – பர்மாவாக இருக் கலாம்). கப்பல் கவிழ்ந்தது. ஏழுநாள் கடலில் தத்தளித்தான். அப்போது மணிமேகலா தெய்வத்திடம் நான்கு கடவுளரும் சொன்னார்கள்:

“கப்பலில் போகிறவர்கள் நல்லொழுக்கம் செய்தவர் களாகவோ தந்தை தாயை வணங்கியவர்களாகவோ இருந்தால் நீ அவர்களைக் காப்பாற்று”

மணிமேகலா தெய்வம் சங்கா முன்பு தோன்றியது. புனித உணவு தந்தது. அத்தோடு, கப்பலில் ஒரு நல்ல பொருள்களை நிரப்பியது. மோலினீ வந்து சேர உதவியது”

(மொழிபெயர்ப்பு கட்டுரையாளருடையது, Shu Hikosaka., *1989 : 170)*

மகா ஜனகா ஜாதகாவில் வரும் மணிமேகலா என்னும் கடல் தெய்வம் குறித்த கதை வருமாறு:

‘மகா ஜனகா இளவரசன் வடஇந்திய மிதிலையை ஆண்ட

மகா ஜனகாவின் மூத்த மகன், பொருள் திரட்ட சுவன்ன பூமிக்குப் கப்பலில் போனான். 7ஆம் நாள் கப்பல் கவிழ்ந்தது; மூழ்கியது. 7 நாள் கடலில் மிதந்தான். அந்நேரம் கடவுள்களின் தங்கை மணிமேகலா தெய்வத்தைக் கடற்காவலாளியாக நியமித்தனர். உலகைக் காக்கும் நான்கு கடவுளரும், அவளிடம் சொன்னார்கள்:

“எவரொருவர் நல்லொழுக்க நிலையொடு அவர்தம் தாயையும் அவரையொத்தவரையும் பாதுகாக்கிறாரோ அவர் கள் கடலில் மூழ்கத் தக்கவரல்லர்; அவர்கள் காப்பற்றப்பட வேண்டியவர்கள்”

ஏழு நாளும் மணிமேகலா தெய்வத்தால் கடலுக்குள் இளவரசர் மகாஜனகாவைக் காண இயலவில்லை. பிறகொரு நாள், நடுக்கடலில் அவனைக் கண்டு கரையேற்றினாள்; மிதிலைக்கு அனுப்பி வைத்தாள் – பத்திரமாக”

(மொழிபெயர்ப்பு கட்டுரையாளருடையது, Shu Hikosaka., *1989 : 170)*

இவ்விரு கதைகளும் மணிமேகலா தெய்வம் ஒரு கடல்காவல் தெய்வமாக இருந்ததான வழக்காறு ஒன்றை அறியத்தருவதோடு. வாணிகனாகச் சென்ற சங்கா, மகா ஜனகா இருவரும் சாதுவனை அடையாளப்படுத்துகின்றன என்பதையும் உணரத் தருகிறது.

“பரப்புநீர் பௌவம் பலர்தொழக் காப்போள்” *(மணி. 25 : 20) (மணி. 25 : 184 –191, 16 : 14–16, 29 : 23–28, 5 : 96–105, 10 : 3–16, 10 : 79–91, 28 : 212–16, 29 : 29–31)*

பௌத்தச் சிறுதெய்வ வழிபாட்டில் இடம்பெற்றுள்ள **தாராதேவி**தான் மணிமேகலா தெய்வமாக இங்கு வணங்கப் படுகிறாள் என்ற கருத்தும் உள்ளது. அதற்குப் பொருத்தமாக, தாராதேவி, என்பதில் உள்ள ‘தாரா’ என்னும் சொல்லுக்குக் ‘கடலைக் கடத்தல்’ என்ற பொருள் வழங்கப்படுகிறது என்பதும் இங்கு அறியத்தக்க செய்தியாகும். இந்தச் செய்தி களையெல்லாம் அடிப்படையாகக் கொண்டுதான், மணிமேகலை நூலிலும் சிலப்பதிகாரத்திலும், மணிமேகலா கடல்தெய்வம் கடலில் திசைகேட்டுச் செல்கின்றவர்களுக்குத்

திசை அறிவிப்பவளாக விளங்கினாள்' என்று குறிப்பிடப் பட்டுள்ளது என்பது தெளிவு.

தீவதிலகை என்பது தீவுகளைக் காக்கும் தெய்வமாகப் பௌத்த வழக்காற்றில் உள்ளது (மணி. *11: 27–29, 28: 212 –215*) மணிபல்லவத் தீவில் மணிமேகலைக்கு 'அமுதசுரபி' பற்றிச் சொல்லிப் பெறச் செய்தவள் தீவதிலகை எனவே, மணிமேகலையின் பசிஒழிப்புக் கோட்பாட்டுக்கான எடுகோளைத் தந்த தெய்வமாகத் தீவதிலகை விளங்குகிறாள்.

சம்பாபதி, அறவோர்களைக் காக்கும் தெய்வம். சம்பாபதி என்பது காவிரிப்பூம்பட்டினத்தின் பழைய பெயர். இத்தெய் வம், தொன்மூதாட்டி, பொன்னிற் பொலிந்த நிறத்தாள், முந்தைய முதல்வி, முதியாள், முதுமூதாட்டி என்ற பல பெயர்களில் மணிமேகலையில் சுட்டப்பட்டுள்ளது (மணி. *2: 1–3*, பதிகம். *8*).

சிந்தாதேவி என்பது வைதீகத் தெய்வமாகிய கலைமகளைப் பௌத்தம் தன்வயப்படுத்திக் கொண்ட தெய்வமாகும். ஆபுத்திரனுக்கு அமுதசுரபியை வழங்கியது இத் தெய்வம் (மணி. *14: 9–16, 14: 17–21, 15: 146–153*).

ஆண்தெய்வங்களில் '**இந்திரன்**' பல்சமயச் சார்புடைய தெய்வமாகும். இந்திரலோகம் எல்லா இன்பங்களும் கிடைக் கும் உலகம்; துன்பம் என்பதே சிறிதும் இல்லாத குதூகல உலகம்; அந்த உலகத்தின் தலைவன் இந்திரன். எனவே, **இன்பங்களின் தலைவன் இந்திரன்.** மண்ணுலகம் இப்படி மாறினால் தேவலாம் என்று கற்பனை செய்தோரின் கற்பித உலகம் இந்திரர் உலகம். இன்பங்கள் வேண்டா இதயம் உண்டோ? பௌத்தமும் இந்திரனை எடுத்துக்கொண்டது. மணிமேகலையில் இந்திரன், "தேவர் நன்னாட்டுக்கு இறை வன் ஆகிய பெருவிறல் வேந்தே" (*14: 43–3*) வானவர் (*29 : 13*), அமரர் தலைவன் (*1: 9*) என்றவாறு பலவாறு விளக்கப்படுகிறான்.

இத்தகைய இந்திரனின் தலைமையில் பல சிறு தெய்வங்கள் ஏவல் புரிந்தனர். அவர்களுள் சம்பாபதி, தீவதிலகை, மணி மேகலா தெய்வம் ஆகிய பெண் தெய்வங்கள் சிறப்பிடம் பெற்றனர்.

புகார் நகரில் முதன்முதலில் இந்திர விழாவைக் கொண்டாடிய வேந்தன் 'தூங்கெயில் எறிந்த தொடித்தோட் செம்பியன்' ஆவான். இந்திரவிழா 28 நாள்கள் நடத்தப்பட்டது (மணி. 1: 5–9).

புத்தரின் கருணைச் செயலைச் சேகரிக்க வேண்டி அவரது இருவிழிகளையும் தருமாறு இந்திரன் வேண்டினான். வேண்டியவாறே கண்களை வழங்கினார் புத்தர். புத்தரின் கருணைச் செயலைக் கண்டு மனம் உருகி புத்த பக்தன் ஆனான் இந்திரன். இச்செய்தி, மணிமேகலை, வீரசோழியம், நீலகேசி முதலிய இலக்கியங்களிலும் புத்த ஜாதகக் கதைகளிலும் இடம்பெற்றுள்ளது. புத்த பக்தனான இந்திரன் மணிபல்லவத் தீவில் புத்த பீடிகை, ஒன்றை அமைத்து வணங்கியதோடு, தீவ திலகையைப் பீடிகைக்கும் காவல் தெய்வமாகவும் ஆக்கினான் (மணி. 8: 55, 11: 27–29) (கந்தசாமி.,சோ.ந. 1977 : 37–38).

புத்தரை 'ஜினேந்திரன்' என்று அழைக்கும் மரபைச் சாத்தனார் குறிப்பிட்டுள்ளார் (மணி. 29: 47). இந்திரன் புலனின்ப வேட்கையும் வேட்டையும் உடையவனாக அறியப்படுகிறான். இஃது ஒழித்தவர்; ஒழிந்தவர் புத்தர் என்பதால் அவரைச் 'ஜினேந்திரன்' என்றனர். ஜினன் – வென்றவர்; புலன்களை வென்றவர்.

சாத்தனார் வழிபாடு சங்ககாலம் முதல் தமிழ்ச் சமூகத்தில் நிலவி வருகிறது. சாத்தனார் என்பவர் அறநெறித் தெய்வம் என்ற கருத்தை **'அறப்பெயர்ச் சாத்தன்'** என்ற புறநானூற்றுக் குறிப்பு காட்டுகிறது (புறநா.395). சங்ககாலப் புலவர்கள் 'சாத்தன்' என்னும் பின்னொட்டுப் பெயர்களில் 84 பாடல்களைப் பாடியுள்ளனர். புறநானூற்றில் மட்டுமே 10 புலவர்கள் 'சாத்தனார்' எனும் பெயரில் இடம் பெற்றுள்ளனர் (பிக்கு போதிபாலா., ஜெயபாலன்.,க. அன்பன்., இ. (பதி.ஆ), அறிவுராஜ்.,பி. 2013 :89).

சிலப்பதிகாரத்தில் வரந்தரு காதையில் மங்கள மடந்தைக் கோட்டத்தில் காணப்படும் சாத்தனார் என்ற ஐயனார் என்ற தெய்வம், பூரணை, புஷ்கலா என்ற இரு பெண் தெய்வங்களோடு காட்சியளிப்பதைக் காணமுடிகிறது.

இத்தகைய சாத்தனார் தமிழிலக்கியப் பெரும்பரப்பிலும் நாட்டுப்புற வழிபாட்டிடங்களிலும் பரவி நிறைந்திருக்கும் போது மணிமேகலையில் மட்டும் சாத்தனார் வழிபாடு ஏன் இடம்பெறவில்லை என்பது ஆராய்ச்சிக்குரியது. ஒருவேளை, மணிமேகலையை இயற்றுவதே சீத்தலைச் சாத்தனார்தான், தாமே காப்பியத்துக்குள் இடம்பெறுவது தற்சார்ப்புத் தன்மைக்கு இடம்வகுக்கும் என்று சாத்தனாரை விடுத்திருப்பாரோ சாத்தனார்?!

முடிவுரை

1. சங்க இலக்கியங்களில் வழிபாட்டுக் குறிப்புகளோடு தென்படும் பௌத்த வழக்காறுகளோடு மெய்யியல் வழக்காறுகளும் இடம்பெற்றுள்ளன.

2. அற இலக்கியங்களில் பௌத்த மெய்யியல் வழக்காறுகளின் வெளிப்பாட்டுக் கூறுகளின் அறவியல் வழக்காறுகள் பதிவாகியுள்ளன.

3. சிலப்பதிகாரத்திலும் வழிபாட்டுக் குறிப்புகளோடு பௌத்த வழக்காறுகள் இடம்பெற்றுள்ளன.

4. மணிமேகலையில் பௌத்த வழக்காறுகளின் முழுமையைக் காணமுடிகிறது.

5. சங்க இலக்கியத்தில் பௌத்த வழக்காறுகள் இடம் பெற்றுத் தோன்றி, அற இலக்கியத்தில் வாழ்வியல் வழக்காறுகளாக வளர்ந்து, மணிமேகலையில் பௌத்த மெய்யியல், அறவியல் களஞ்சியமாக மிளிர்ந்து விளங்குவதை அறியமுடிகிறது.

பயன்பட்ட நூல்கள்

- ஆனந்தராசன்.,ஜே. 2007, **பவுத்தமும் பழந்தமிழ்க் குடிகளும்,** அன்றில் பதிப்பகம், 192 (14), செகசீவன்ராம் சாலை, சேப்பாக்கம், சென்னை–5.

- கந்தசாமி., சோ.ந. 1977, ***பௌத்தம்,*** டாக்டர் எஸ்.இராதாகிருஷ்ணன் மெய்யுணர்வு மேல்நிலைக்கல்வி நிறுவனம், சென்னைப் பல்கலைக் கழகம், சென்னை.

- செல்லன் கோவிந்தன்., 2001, ***மணிமேகலையின் காலமும் கருத்தும்,*** ஏ.ராஜேஸ்வரி, ஓஐஏஃ103, விஸ்வ கர்மாபுரம், சித்தூர், பாலக்காடு, கேரளா – 678 101.

- பிக்கு போதிபாலா, ஜெயபாலன்., க. அன்பன்., இ. 2013, ***தமிழ்ப் பண்பாட்டில் பௌத்தம்,*** காவ்யா, கோடம் பாக்கம், சென்னை.

- மாதவன்.,சு. 2012, ***புறநானூற்றில் பௌத்தச் சிந்தனைகள், ஆய்வுச் சிந்தனைகள்,*** கருணாகரன்., ம. (பதி.ஆ), ஐந்தமிழ் ஆய்வாளர் மன்றம், மதுரை.

- மாதவன்.,சு. 2008, ***தமிழ் அற இலக்கியங்களும் பௌத்த, சமண அறங்களும்,*** செம்மொழி, தஞ்சாவூர். & 2016, என்சிபிஎச், சென்னை.

- Shu Hikosaka., 1989, *Buddhism in Tamil Nadu: A New Perspective,* Institute of Asian Studies, Chennai.

செம்மொழிக் கருத்தரங்கம் – தேசியக் கருத்தரங்கம், தமிழ்மொழித்துறை, திராவிடப் பல்கலைக் கழகம், குப்பம், செம்மொழித் தமிழாய்வு மத்திய நிறுவனம், சென்னை, ஏப்ரல் 2013, ஒருங்கிணைப்பாளர் : முனைவர் விவேகானந்த கோபால்.

5. பண்டைக் காலத் தமிழில் பௌத்தச் சிந்தனைகள்

இந்தத் தலைப்பிலான கட்டுரையின் உள் விவரங்கள் 'கூறியது கூறல்' என்னும் நிலைக்கு ஆளாக்கிவிடக் கூடாது என்பதால் இங்கு தவிர்க்கப்பட்டுள்ளன. எனவே, சங்க இலக்கிய, அற இலக்கியப் பகுதிகளுக்கு முந்தைய கட்டுரைகளை நினைவில் கொள்க.

தமிழ்க் காப்பியங்களில் பௌத்தச் சிந்தனைகள்

சமயங்கள் பெரும்பாலும் தத்தம் கடைப்பிடி நெறிகளை இரண்டாக வகுத்துக் கொண்டன: 1. துறவியர் அறநெறிகள், 2. இல்லறத்தார் அறநெறிகள், பௌத்தக் கடைப்பிடி நெறிகளில் பெரும்பான்மையானவை இருவருக்கும் பொதுவானவை. காமவிழைவு நீக்கம் தவிர்த்த பிறவெல்லாம் பொது அறநெறிகளாகவே விளங்குதல் பௌத்தத்துக்கே உரிய பெருஞ்சிறப்பாகும் (இல்லற நெறியிலும் பிறன்மனை நயவாமை என்பது உண்டு). பௌத்தக்கடைப்பிடி நெறிகளைப் பின்பற்றுவதற்கான மெய்யியல் பின்புலத்தைத் தருவன நால்வகை வாய்மைகள். நால்வகை வாய்மைகளின்படி துன்ப நீக்க வழிகள் என்னும் நான்காவது வாய்மையின் நெறி முறைகள்தாம் பௌத்தக் கடைப்பிடி நெறிகள் ஆகும். அவை முறையே பஞ்சசீலம், எண்வகை சீலம், பத்துச் சீலம் (தச சீலம் – பத்து பாரமிதைகள்) போல்வன. இவையனைத்தும் வாழ்வியலைச் செம்மையாக்குவன.

எவ்வுயிரும் தன்னுயிர்போல் நோக்கல் (கொல்லாமை), *(மணி.13:27–34), 16:84–85, (16:116–117)*, தனக்குரிமையில்லா பிறர்க்குரிமைப் பொருளைத் திருடாமை (கள்ளாமை) (மணி, *3:124–77)*, பிறன்மனை நோக்காப் பேராண்மை (காமமின்மை)

(மணி.5:86–91, 16:76–79). எல்லாத் தீங்குகளுக்கும் காரணி யான பொய்சொல்லாமை (பொய்யாமை) *(மணி.22:61, 21:20–3)*, மயக்கமும் மடிமையும் தரும் கள்வகை தவிர்த்தல் (கள்ளுண்ணாமை), என்றவாறு தொடரும் பல்வகைக் கடைப்பிடி நெறிகளும் பௌத்த வாழ்வியலுக்கான வழக் காறுகளாகும்.

பௌத்தக் கடைப்பிடி நெறிகள்

பௌத்த சீலங்களைப் பின்பற்றுவதற்கு வாழ்வியல் நல்வினை, தீவினை அறிந்து தீவினை ஒழித்து நல்வினை யாற்றல் வேண்டும். தீவினைகளின் எதிர்நிலை நல்வினை; நல்வினைகளின் எதிர்நிலை நல்வினை; நல்வினைகளின் எதிர்நிலை தீவினை என்ற புரிதலின் அடிப்படையில் கடைப்பிடிநெறிகள் அமையும்.

தீவினைகள் 10 நிலைகளில் 3 வகைகளில் மனிதனைப் பற்றுகின்றன:

உடலால்	–	3	–	கொலை, களவு, காமம்
வாயால்	–	4	–	பொய், குறளை, கடுஞ் சொல், பயனில்சொல்
மனதால்	–	3	–	வேட்கை, வெகுளி, பொல்லாக்காட்சி

(மணி., XXX II : 66–77)

தீவினை 10–ம் நீங்கி அதன் மறுதலை எதிர்நிலையைப் பின்பற்றினால் அதுவே நேர்நிலை நெறியாகும். நல்வினை 10 குறித்து ஆகம சூத்திரம் பேசுவதை மணிமேகலை அப்படியே பேசுகிறது.

(மணி : 11 : 76–81)

மணிமேகலையில் பௌத்தப் பஞ்சசீல வாழ்வியல்

தமிழ்ச் சமூகத்தின் அறிவுத்தளத்தில் பௌத்த மெய் யியலையும் வாழ்வியலையும் நிலைநிறுத்த எழுந்த தருக்கக்

காவியம் மணிமேகலை. பௌத்தக் காப்பியம், பல்கலைக் களஞ்சியம், சீர்திருத்தக் காப்பியம் என்றவாறான பன்முகச் சிறப்புகளுக்கு உரியது இக் காப்பியம். இதில் பௌத்தப் பஞ் சசீல வாழ்வியல் இடம்பெற்றிருப்பதை விளக்க ஒரு கட்டுரை வேண்டுவதில்லை. எனினும், தமிழ்ச் சமூக வாழ்வியல் போக் கில் சங்க காலத்தையடுத்துவந்த பௌத்த, சமண வாழ்வியல் கட்டமைப்பு எத்தகைய உயர்நிலை இடத்தை வகிக்கிறது என்ற புரிதலுக்காக இங்கு இது விளக்கப்படுகிறது.

சங்க கால வாழ்வியலால் கருவான பஞ்சசீலம்

குலச்சமூகத் தலைமை வாழ்க்கைமுறையிலிருந்து அரசு சமூகத் தலைமை வாழ்க்கைமுறை உருவாகிவந்த காலம் சங்க காலம். அரசுகளுக்குள் நூற்றாண்டுக் கணக்கில் நடந்துவந்த ஆட்சி எல்லை விரிவாக்கம் பாதுகாப்பு, பொருள்கவர் நடவடிக்கைகள் ஆகியவற்றை அடியொற்றிய போர்ச்சூழல் நிரம்பிய சங்ககால வாழ்க்கைமுறை சமூகத்திற்குள் கசப்பை உருவாக்கியது. சிற்றின்ப நுகர்ச்சி, கள்ளுண்ணல், புலால் உண்ணல், பரத்தையர் ஒழுக்கம் ஆகியவை சமூக அங்கீகாரம் பெற்று நிலவின. அதுமட்டுமின்றி, இவற்றையெல்லாம் 'ஒழுக்கம்' என்றே குறித்தனர். 'ஒழுகுவது ஒழுக்கம்' என்ற வரையறையினின்று 'ஒழுங்குடையது ஒழுக்கம்' என்ற வரையறையை உருவாக்க வேண்டிய காலக் கட்டாயம் அக்காலத்தில் இருந்து வந்தது. இத்தகைய சங்ககால வாழ்நெறிச் சிதைவிலிருந்து ஒழுங்கமைப்பதற்குரிய நடத்தை நெறிகளை அச்சமூகமே உருவாக்கிக் கொண்டது. இவ்வாறு, சமூகத்தின் தேவையையொட்டித் தன்னியல்பாகத் தோன்றிய அறநெறிக் கோட்பாடுகள் சங்ககாலத்தில் வழங்கலாயின. புறநானூற்றில் இடம்பெற்றுள்ள பொதுவியல் திணைச் செய்யுட்களிலும், அகம், புறம் தொடர்பான அனைத்து நூல்களிலும் இத்தகைய போக்கைக் காணமுடிகிறது.

போர்நெறியோடு வைதீகநெறியும் ஒருங்கிணைந்து செய லாற்றி வந்ததால், போர் மறுப்பும், வைதீக மறுப்பும் சங்க காலப் போக்கிற்கான மாற்றுநெறியை முன்வைக்கும் செயன்மைக் கூறுகளாக முன்வந்தன. போர், வேள்வி

ஆகியவை 'கொல்லாமை'யையும், போர்க்காலச்சூறையாடுல், பிறவழிப் பொருள்கவர்தல் ஆகியவை 'கள்ளாமை'யையும் இயல்பான மெய்சிதைவு 'பொய்யாமை'யையும் போர்க்காலப் பெண் அபகரிப்பு, காம மிகுதியால் பிறன்மனை கவர்தல் ஆகியவை பிறன்மனை நயவாமையையும் என்று ஏராளமான அறநெறிகளை உருவாக்கிக் கொள்ள வேண்டியதாகச் சங்க காலச் சமூகம் இருந்தது.

தமிழ் அற இலக்கிய – காப்பியப் பின்னணியில் உருவான பஞ்சசீலம்

சங்க காலச் சமூகத்தின் இயல்பெழுச்சியால் – சமூகத் தேவையால் உருவான அறநெறிக் கூறுகளில் 1.கொல்லாமை 2. கள்ளாமை, 3. பொய்யாமை, 4. காமமின்மை, 5. கள்ளுண்ணாமை ஆகியன சமூகத்தின் நிலைப்புத் தன் மைக்குரிய இன்றியமையாதனவாக அமைந்திலங்கின. இத் தகைய சமூக நிலைப்புக்கும் சமூகச் செம்மைக்கும் தேவையானவையாகத் திகழும் இந்த ஐந்து நெறிகளையுமே பௌத்தம் தனது உயிர்நாடி அறவியல் கோட்பாடாகக் கொண்டிருந்தது என்பது மானுட ஓர்மையின் அடையாளமும் அடிப்படையும் ஆகும்.

தமிழ்ச்சமூகத்தின் தேவையும் பௌத்த, சமண வருகையும்

தமிழர்களின் வாழ்வியலில் அறவியலுக்கு ஓர் இன்றி யமையாத இடத்தை வழங்கின. இத்தகைய இன்றியமையாத அறவியல் தேவையின் சமூக வேட்கையைச் சங்க இலக்கியப் போக்கு தெற்றெனக் காட்டுகிறது. இதன் விளைவே சங்க இலக்கியங்களில் பௌத்த சமயச் செல்வாக்குக் கூறுகளின் பதிவுகள் இடம்பெறலாயின.

சமூகத்தில் தோற்றம் கொண்ட பௌத்த வாழ்வியலின் வளர்நிலைக் கருத்தியல், மெய்யியல், அறவியல் கூறுகளைத் தமிழ் அறஇலக்கியங்களில் பரவலாகக் கண்ணுற முடிகிறது. அக் கூறுகளின் வாழ்வியல் உயிர்மாதிரிகளை (Bio-models of life style) மாந்தர்களின் வழியாகவும், அவர்தம் வாதிக் கருத்துக்களின் வழியாகவும், தமிழ்க்

காப்பியங்கள் –குறிப்பாக– மணிமேகலைக் காப்பியம் கட்ட மைத்துள்ளது. இத்தகைய பின்னணியில், பௌத்தப் பஞ் சசீல அறவியல் நடத்தைநெறிகளின் இருப்புநிலையை விட்டுவிட்டுத் தமிழ் அறஇலக்கிய – காப்பியங்களின் பயனுறுநிலைகளை ஆராய்தலே உரக் கருத்தியலாக – வாழ் வியலாகக் காப்பியங்களில் மிளிர்வதை விளக்காமலேயே கண்ணுற முடியும்.

இந்த பஞ்சசீலத்தின் விரிவாக்கமாகப் பௌத்த தசசீலம் விளங்குகிறது. இதையும் மணிமேகலை அழகுறப் பதிவு செய்துள்ளது.

"கொலையே களவெ காமத் தீவிழை
வுலையா வுடம்பிற் றோன்றுவ மூன்றும்
பொய்யே குறளை கடுஞ்சொல் பயனில்
சொல்லெனச் சொல்லிற் றோன்றுவ நான்கும்
வெஃகல் வெகுளல் பொல்லாக் காட்சியென்
றுள்ளந் தன்னி னுருப்பன மூன்றுமெனப்
பத்து வகையாற் பயின்றெரி புலவர்
இத்திறம் படரார்......................"

(மணி. 24: 124–132,30 : 64 –73)

மணிமேகலை பகரும் பஞ்சசீலம்

மணிமேகலைக் காப்பியம் நெடுகிலும் உயிரிழையாய்த் தொடர்ந்து வரும் பாங்கைப் பஞ்சசீலம் பெற்றிருக்கிறது. காப்பியக் கதைப் போக்கில், காப்பிய மாந்தரின் சிந்தனை நோக்கில்; அவர்தம் வாழ்வியல் வாக்கில் என எங்கும் பரவியும் விரவியும் வருவன பௌத்தப் பஞ்சசீலங்கள். சான்றாக, சில காதைகளில் உள்ள பதிவுகளைப் பின்வருமாறு தொகுக்கலாம்:

1. அறிவை மயக்கும் கள்ளையும் அறிவின் அடிப்படை யான உயிர்க் கொலையையும் அறிவுத் தெளிவுடைய சான்றோர் கடிந்தனர் என்பதை விளக்கும் பகுதி:

"மயக்கும் கள்ளும் மன்னுயிர் கோறலும்
கயக்கறு மாக்கள் கடிந்தனர் கேளாய்"

(மணி. 16: 84–85)

2. கள், பொய், காமம், கொலை, களவு என்ற ஐந்தையும் துறந்து வாழ்வோரே 'உரவோர்' (உரம் – வலிமை வலிமை யுடையவர்) என்கிறது மணிமேகலை. இவற்றைச் செய்து பிழைப்போர் கோழைகள்; மனிதராக வாழ்வதற்குத் தகுதி யற்றவர்கள் என உணர்த்துகிறது இந்நூல். அவ்வாறெனில் பௌத்த நெறியைப் பின்பற்றுவோரே வீரர்கள் என்பது பௌத்தக் கோட்பாடு என்பது தெளிவாகிறது. சங்ககால வீரக் கோட்பாட்டிற்கும் அறஇலக்கிய காப்பிய வீரக் கோட்பாட்டிற்கும் இடையிலான கருத்தியல் இடைவெளி யையும் சமூக – சமய அறவியல் தடைவெளியையும் எடுத்துரைக்கும் பகுதி இதோ:

"கள்ளும் பொய்யும் காமமும் கொலையும்
உள்ளக் களவும் என்று உரவோர் துறந்தவை"

(மணி. 24: 77–78)

3. உலகையும் உலக வாழ்வையும் ஆராய்ந்தே இரண் டையும் நிலைகுலையச் செய்தன இவை என உறுதிப்படுத்திய கருத்துப்பொருள்கள் இவை எனச் பஞ்ச சீலத்தையே சுட்டுகின்றன:

"முடிபொரு ளுணர்ந்தோர் முதுநீருலகிற்
கடியப் பட்டன ஐந்துள் : அவற்றில்
கள்ளும் பொய்யும் களவும் கொலையும்
தள்ளா தாகும் காமந் தன்பால்
ஆங்கது கடிந்தோர் அல்லவை கடிந்தோர்"

(மணி. 22: 169–173)

1. கொல்லாமை

"பானாதி பாதா வெரமணீ சிக்காபதம் சமாதியாமி"

(தீக நிகாயம் 111, 74, சம்யுக்த நிகாயம் 4, 432 – சுத்த பிடகம்)

"கொல்லாமை சீலத்தைக் கடைப்பிடிக்கிறேன்"

(கந்தசாமி.,சோ.ந. 1977 :129)

பிம்பிசரரின் வேள்வியில் பலியிடப்படவிருந்த ஆட்டு மந்தைகளைப் புத்தர் விடுவித்ததுபோல், ஆபுத்திரன் வேள் விக்களத்திலிருந்து பசுவை விடுவித்ததையும் அவனது அறக் கூற்றையும் மணிமேகலை பதிவு செய்துள்ளது:

"நோவன செய்யன்மின் நொடிவன கேண்மின்
விடுநில மருங்கில் படுபுல் ஆர்ந்து
நெடுநில மருங்கில் மக்கட்கு எல்லாம்
பிறந்தநாள் தொட்டுச் சிறந்ததன் தீம்பால்
அறம்புரி நெஞ்சமொடு அருள்சிறந்து ஊட்டும்
இதனொடு வந்த செற்றம் என்னை?"

(மணி.)

2. கள்ளாமை

"அதின்னா தானா வெரமணீ சிக்கா பதம் சமாதியாமி"

(சம்யுக்த நிகாயம் 5.395 – சுத்த பிடகம்)

"கொடுக்கப்படாததை எடுக்கமாட்டேன் என்னும்
சீலத்தை மேற்கொள்கிறேன்"

(கந்தசாமி., சோ.ந. 1977 : 135)

மாங்கனியைத் திருடிய குற்றத்திற்காகப் பெண் என்றும் பாராமல் நன்னன் கொலைபுரிந்தான் என்கிறது சங்க இலக் கியம். "கள்வனைக் கோறல் கடுங்கோலன்று; வெள்வேற் கொற்றம்" என்கிறது சிலம்பு. திருக்குறள் 'கள்ளாமை' எனும் ஓர் அதிகாரமே படைத்தது. இத்தகைய தமிழிலக்கிய பின்னணியில் மணிமேகலை:

"களவேர் வாழ்க்கையர் உறூஉம் கடுந்துயர்
இளவேய்த் தோளாய்க் கிதுவென வேண்டா"

(மணி. 23: 126–127)

"உடம்போ டென்ற னுள்ளகம் புகுந்தென்
நெஞ்சம் கவர்ந்த வஞ்சக் கள்வி"

(மணி. 18: 120–121)

3. காமமின்மை

"காமேசு மிச்சாசாரா வெரமணீ சிக்காபதம் சமாதியாதி"

(சம்யுக்த நிகாயம், 4, 110 –11, தீகநிகாயம், 3.190)

"காமங்களில் தகாச் செயல் தவிர்த்தலென்னும்
சீலத்தினை மேற்கொள்கிறேன்"

(கந்தசாமி.,சோ.ந.1977 : 137)

ஸ்ரமணர்களுக்குக் (துறவியர்க்கு – பிக்கு, பிக்குணியர்) காமம் அறவே களைதற்குரியது. ஸ்ராவகர்களுக்கு (இல்லறத்தார்க்கு) ஒருவனுக்கு ஒருத்தி, ஒருத்திக்கு ஒருவன் என்ற அறநெறியின்படி காமம் நுகர்தற்குரியது. ஆண்கள் பிரமசரியம் காப்பதற்குத் தடையாக உள்ள பத்து இடையூறுகளில் பெண்டிர் தொடர்பும் ஒன்றாக அங்குத்தர நிகாயத்தில் (5.134) கூறப்பட்டுள்ளது. இதனால்தான் புத்தர். தம் சங்கத்தில் பெண்களை உறுப்பினராக்கத் தயங்கினார்; பின்னர் ஆனந்தரின் பரிந்துரையால் ஏற்றார்.

மணிமேகலையைப் பின்தொடர்ந்த உதயகுமாரன்பால் மணிமேகலையின் காம உள்ளம் சென்றது; மன அடக்கத்தால் அக் காம உணர்வை வென்றாள்; விசாகையும் அவ்வாறே. அதேநேரத்தில், காமவெறியால் சுகந்தன் என்னும் புகார் நகரத்து அரசனின் மக்கள் இருவரும், உதயகுமரனும் அழிந்ததையும் மணிமேகலை பதிவுசெய்துள்ளது (மணி. 18 : 88–89). காமத்தைப் பெண்மை வெல்லும்; காமத்திடம் ஆண்மை தோற்கும் என்பதன் குறியீடுகளோ இவை ?! ஆராயத்தக்கது.

மணிமேகலையின் மனத் தடுமாற்றத்தை,

"கற்புத் தானிலள் நற்றவ வுணர்விலள்
வருணக் காப்பிலள் பொருள்விலை யாட்டியென்

றிகழ்ந்தன னாகி நயந்தோன் என்னாது
புதுவோன் பின்றைப் போனதென் நெஞ்சம்
இதுவோ அன்னாய் காமத் தியற்கை
இதுவே ஆயின் கெடுக அதன்திறம்"

(மணி. 5 : 56–91)

என்ற பகுதி படம்பிடிக்கிறது.

பரத்தையர் போகத்தில் ஈடுபட்டுத் திருந்திப் பௌத்தனாக மாறிய சாதுவன், நாகர்களிடம் – நாகர் தலைவனுக்கு மறுமொழி கூறியதாவது:

"நம்பிக் கிளையளோர் நங்கையைக் கொடுத்து
வெங்களும் ஊனும் வேண்டுவ கொடுமின்என்
அவ்வுரை கேட்ட சாதுவன் அயர்ந்து
வெவ்வுரை கேட்டேன் வேண்டேன்"

(மணி. 16 : 76–79)

சாதுவனின் இந்தப் பதிலுரை, சாவகர்களுக்குரிய (இல்லறத்தாருக்குரிய)காமமின்மைஎன்பதன்வரையறையான பிறன்மனை நயவாமை என்பதோடு சார்கிறது என்பது தெளிவாகிறது.

பரந்தமை ஒழிப்பு

பசி ஒழிப்பு, சிறையொழிப்பு, பரத்தமை ஒழிப்பு போன்ற பல சமூக சீர்திருத்தக் கருத்துக்களை முதன்முதலாக முன்வைப்பதால் மணிமேகலைக் காப்பியத்தைச் "சீர்திருத்தக் காப்பியம்" என்பர். பரத்தமை ஒழிப்புக் கோட்பாடும் செயல்பாடும் தனிமனித சீர்திருத்தத்தில் தொடங்கிச் சமூக சீர்திருத்தத்தில் நிறைவடைகிறது. இல்லற வாழ்வியலின் செம்மைப் பண்பு ஒருவனுக்கு ஒருத்தி எனும் நடைமுறையில் துவங்குகிறது. இத்தகைய செவ்விய வாழ்வியலைச் சமூக வாழ்வியல் முழுமைக்கும் நடைமுறைப்படுத்த வேண்டும் என்றால் பிறன்மனை நயவாமை என்பது ஒரு பக்கம் வலியுறுத்தப்படுவதோடு பரத்தமை ஒழிப்பும் அவசியப்படுகிறது.

இத்தகைய பரத்தமை ஒழிப்பு, மாதவியைப் பின்பற்றிய மணிமேகலையால் நிலைநாட்டப்படுகிறது. கற்பொழுக்கம் குலப் பெண்டிர்க்கு மட்டுமல்ல; பரத்தைப் பெண்டிராலும் கூடும் என்ற சமூகப் புரட்சியை மணிமேகலைக் காப்பியம் பௌத்த நெறிநின்று நிறைவேற்றியுள்ளது.

காமமின்மையின் மூன்றடுக்கு நிலைகள்

பௌத்தம் 'காமமின்மை' எனும் அறநெறியை மூன்றடுக்கு நிலைகளில் வலியுறுத்திச் செயல்படுத்தியுள்ளது:

1. துறவியர் முற்றிலும் காமத்தினின்று நீங்குதல்

2. இல்லறத்தார் 'பிறன்மனை நயவாமை' எனும் நிலையில் காமக் கட்டுப்பாடு கொள்ளுதல்.

3. பரத்தமை ஒழிப்பால், இல்லறத்தார் பிறன்மனை நயவாமை என்பதைத் தாண்டிச் சீரழிவதற்கான சமூக நடைமுறையைத் தடைசெய்தல்.

இதில் 3–வது நெறியைத் தமிழில் முதன்முதலாக முன்வைத்து வெற்றிகண்டவள் மாதவி; அதன் தொடர்ச்சியும் வளர்ச்சியும் ஆண்மையும் மேன்மையும் கண்டவர் மணி மேகலை.

4. பொய்யாமை

"முசாவாதா வெரமணீ சிக்காபதம் சமாதியாமி"

(சுத்த நிபாதம், 397)

"பொய்யுரையினைத் தவிர்தல் என்னும் சீலத்தினை நான் மேற்கொள்கிறேன்"

(கந்தசாமி., சோ.ந.1977 : 144)

அறங்களிலெல்லாம் சிறந்த அறம் மட்டுமல்ல; இன்றியமையாத தலையாய அறம் 'பொய்யாமை' என்பது வள்ளுவ நோக்கு.

"பொய்யாமை பொய்யாமை ஆற்றின் அறம்பிற
செய்யாமை செய்யாமை நன்று"

(கு.30:7)

என்றார் வள்ளுவர். பிற அறங்கள் செய்யாவிட்டாலும் நல்லது தான்; பொய்யாமை மட்டும் போதும் என்ற வள்ளுவரின் நோக்கில் அறங்களின் தாய் பொய்யாமையே (வாய்மை) என்பது தெளிவாகிறது. அதனால்தான் வள்ளுவரைச் சாத்தனார் "பொய்யில் புலவன்"*(22 : 61)* என்றார்.

5. கள்ளுண்ணாமை

"சுரா – மெரய – மஜ்ஜா – பமாதட்டாணா
சிக்காபதம் சமாதியாமி, வெரமணீ"

(சுத்த நிபாதம் – தம்மிக சுத்தம், 398 –9)

"மயக்கமும் மடிமையும் அளிக்கும் குடிவகைகளைத்
தவிர்த்தல் என்னும் சீலத்தினை மேற்கொள்கிறேன்"

(கந்தசாமி.,சோ.ந.1977 : 145)

"எவ்வகை மாந்தரும் கள் பருகுதல் கூடாது" என்று முதன்முதலில் புத்தரே வலியுறுத்தினார். புத்தரின் நெறிநிற்கும் மணிமேகலையும் அதனை வலியுறுத்தி எடுத்துரைக்கிறது.

சமணத் துறவியிடம் ஒரு குடிகாரன் "இம்மை, மறுமை இன்பங்களைத் தருவதே கள்தான்" என்று வாதாடுகிறான். இது ஒரு நகைச்சுவையான காட்சி. இக்காட்சி மணிமேகலையில் இடம் பெற்றுள்ளது *(மணி. 3 : 86 – 103)*. இதன் உட்கிடை, 'இம்மை, மறுமை இன்பந் தருவது துறவற நெறியேயின்றி கள்நெறியன்று', என்பதாகும்.

குடிபோதையில் வீரை என்னும் பெருந்தேவி புதிதாகப் பிடித்து வரப்பட்ட யானையின்முன் மாய்ந்த செய்தியைக் காப்பியம் எடுத்துரைக்கிறது

(மணி. 7 : 71–2).

இராசாமதேவிக்கு அறிவுரை பகரும் மணிமேகலை,

"கடாஅ யானைமுன் கட்கா முற்றோர்
விடாஅது சென்றதன் வெண்கோட்டு வீழ்வது
உண்ட கள்ளின் உறுசெருக் காவது
கண்டும் அறிதியோ காரிகை நல்லாய்"

(*மணி. 23 : 120–3*)

என்கிறாள்.

சாதுவன், நாகர் தலைவனுக்குக் கூறும் அறிவுரையிலும் கள்ளுண்ணாமை வலியுறுத்தப்படுகிறது

(*மணி. 16 : 84 – 85*)

தொகுப்புரையாக

மணிமேகலையில் பௌத்தப் பஞ்சசீல வாழ்வியல் மனிதகுல விழுமிய மேம்பாட்டுப் பின்னணியோடு கட்டமைக்கப்பட்டுள்ளது. இதுகுறித்து இதுவரை ஆராய்ந்ததன் வழியாகக் பின்வரும் முடிவுகளைத் தொகுத்துரைக்கலாம் :

1. சங்க காலப் போர்நெறியும் பரத்தமைநெறியும் இன்னபிற வாழ்வியல் பின்னடைவுகளும் தமிழ்ச் சமூகத்தில் அறநெறிகளின் உருவாக்கத்துக்குக் காரணங்களாக அமைந்தன.

2. அறநெறி உருவாக்கம் தமிழ்ச் சமூகத்தின் இயல்பான தேவையாக முகிழ்த்துக் கொண்டிருந்த அதே காலத்தில் தமிழகத்தில் பரவிய பௌத்த, சமண அறநெறிகளும் அதே நெறிகளைப் பேசுவனவாக இருந்தமை இயைபுக்கும் இணை வுக்கும் உரியதாக அமைந்தது.

3. சமூகத்தைச் சீர்திருத்திய புதுக்கட்டமைப்பு செய்யும் பணியைப் புலவர்கள் பௌத்த, சமணப் பின்னணியோடு தமிழ்அற இலக்கியங்கள், காப்பியங்கள் வழியாகச் செய்தன.

4. பௌத்த நெறியும் தமிழ்நெறியும் ஒருங்கிணைந்து மணிமேகலையைத் தோற்றுவித்தது.

5. மானுட வாழ்வியலின் மேன்மை சீர்மை, ஓர்மையை உள்ளடக்கிய பஞ்சசீல வாழ்வியல் பௌத்த அறவியல்

மணிமேகலைக் காப்பிய நோக்கத்திற்குத் தக்கவாறு இரண் டறக் கலந்து வெளிப்பட்டுள்ளன.

6. 'காமமின்மை' எனும் சீலத்தின் மேதகு சான்றாய் மணிமேகலை விளங்குகிறாள். பெண்ணுக்கு வீடுபேறு இல்லை என்று சொன்ன சமணமும் மேலோங்கியிருந்த காலத்தில் பெண்ணால் இந்தச் சமூகத்திற்கு நற்பேறு உண்டு அது பரத்தமை ஒழிப்பாலும் பௌத்த நெறியில் பின்பற்றுதலாலும் சாலும் என நிறுவிய காப்பியம் இது எனலாம்.

மணிமேகலையில் பௌத்த தருக்கவியல் சிந்தனைகள்

தமிழின் முதல் தருக்கவாதி 'அறவண அடிகள்'

காரண – காரிய இயையு அல்லது இயைபின்மையை விளக்கும் அறிவாராய்ச்சியின் ஒரு வகை அணுகுமுறையைத் 'தருக்க நெறி' என்பர். இந்த நெறிநிற்கும் தருக்கவாதிகள் பலர்; தருக்கவாத முறைகளும் பல அவரவர் சார்ந்த மெய் யியலுக்கேற்பக் கட்டமைக்கப்படும் தருக்கநெறிகளும் பௌத்தத் தருக்க நெறியை – அளவையியலை அறவண அடிகளின் வழியாக மணிமேகலை எவ்வாறு பதிவு செய்துள்ளது என்பது ஆராய்தற்குரியது. இத்தகைய தருக்க வாதத்தைத் தமிழில் முதன்முதலில் முன்வைக்கும் தருக்க வாதியாக அறவண அடிகள் விளங்குகிறார்.

பௌத்தக் கடைப்பிடி நெறிகள், வழக்காறுகள், சிந்தனைகள், மெய்யியல் கோட்பாடுகள் அனைத்தையும் முழுமையாக – முறையாகப் பதிவுசெய்துள்ள ஒரே தமிழ் இலக்கியம் மணிமேகலையாகும். இந்த வகையில், மணிமேகலை ஒரு பௌத்தக் கலைக் களஞ்சியமாகத் திகழ்கிறது.

பயன்பட்ட நூல்கள்

ஆனந்தராசன்.,ஜே. 2007, ***பவுத்தமும் பழந்தமிழ்க் குடி களும்,*** அன்றில் பதிப்பகம், 192(14) செகசீவன்ராம் சாலை,

சேப்பாக்கம், சென்னை–5.

உ.வே.சா., 2008, ***மணிமேகலை – அரும்பதவுரை,*** டாக்டர் உ.வே.சா. நூல்நிலையம், சென்னை – 90.

கந்தசாமி, சோ.ந. 1977, ***பௌத்தம்,*** டாக்டர் எஸ்.இராத கிருஷ்ணன் மெய்யுணர்வு மேல் நிலைக்கல்வி நிறுவனம், சென்னைப் பல்கலைக் கழகம், சென்னை.

செல்வன் கோவிந்தன்., 2001, ***மணிமேகலையின் காலமும் கருத்தும்,*** ஏ.ராஜேஸ்வரி, ஓஐஏ/103, விஸ்வகர்மாபுரம், சித்தூர், பாலக்காடு, கேரளா, – 678 101.

பிக்கு போதிபாலா, ஜெயபாலன்.,க. அன்பன்.,இ. 2013, ***தமிழ்ப் பண்பாட்டில் பௌத்தம்,*** காவ்யா, கோடம்பாக்கம், சென்னை.

மாதவன்.,சு. 2012, ***புறநானூற்றில் பௌத்தச் சிந்தனைகள், ஆய்வுச் சிந்தனைகள்,*** கருணாகரன்., ம.(பதி.ஆ), ஐந்தமிழ் ஆய்வாளர் மன்றம், மதுரை.

மாதவன்.,சு. 2008, ***தமிழ் அற இலக்கியங்களும் பௌத்த, சமண அறங்களும்,*** செம்மொழி, தஞ்சாவூர்.

வேங்கடசாமி., நாட்டார் ந.மு. 1964, ***மணிமேகலை ஔவை சு.துரைசாமிப்பிள்ளை உரை,*** தி.சை.சி.நூ.ப.கழகம், திருநெல்வேலி–6.

Balusamy.,N. 1965, *Studies in Manimekalai,* Athirai Pathippakam, Madurai - 13.

Shu Hikosaka., 1989, *Buddhism in Tamil Nadu: A New Prespective,* Institute of Asian Studies, Chennai.

Stcherbatsky., F.th. 1962, *Buddlist Logic,* Vol-1,2, Dover publications, Inc. New York.

- தேசியக் கருத்தரங்கம், தமிழில் பௌத்தச் சிந்தனைகள், தமிழ்மொழித்துறை, சென்னைப் பல்கலைக் கழகம், சென்னை, திரிபீடகத் தமிழ் நிறுவனம், சென்னை, *18*

ஜூலை 2016, ஒருங்கிணைப்பாளர்: முனைவர் பாலசுப் பிரமணியன்,இ.அன்பன்.

- செம்மொழிக் கருத்தரங்கம், தமிழ்த்துறை, தந்தை ஹேன்ஸ்ரோவர் கல்லூரி(த), பெரம்பலூர், ஒருங்கிணைப் பாளர்: முனைவர் இரா.செல்வராணி.

6. தம்மபதமும் திருக்குறளும்

தமிழகத்தில் பௌத்தமும் சமணமும் உச்சநிலையில் இருந்த காலகட்டமான கி.பி. 1க்கும் கி.பி.3க்கும் இடைப்பட்ட காலத்தில் தோன்றியது திருக்குறள். அந்தக் காலகட்டச் சமூக இயங்கியலின் தேவையைப் பௌத்த, சமண மெய் யியல்கள் நிறைவு செய்தன. அந்தவகையில், திருக்குறளில் வெளிப்பட்டுள்ள பௌத்த அறங்களை அடையாளங் காண்பது அவசியமாகிறது.

பௌத்த மெய்யியல் இலக்கியங்கள் அனைத்திலும் பௌத்த அறவியல் சிந்தனைகள் மைய இழையோட்டமாக நிறைந்துள்ளன. எனினும், பௌத்த அறங்களை வலியுறுத்தி நெறிப்படுத்துவதையே முதன்மை நோக்கமாகக் கொண்ட இலக்கியமாகத் தம்மபதம் விளங்குகின்றது. அவற்றில் இலங்கும் அறவியல் சிந்தனைகளோடு திருக்குறளின் அறவியல் சிந்தனைகளை ஒப்பிட்டு ஆய்வு செய்கிறது இந்தக் கட்டுரை.

தமிழ் அற இலக்கியங்களிலும் பௌத்த மெய்–யியல் இலக்கியங்களிலும் முதன்மையாக வைத்துப் போற்றப்படுபவை திருக்குறளும் தம்மபதமும். இவை இரண்டுமே மானுட வாழ்வியலுக்கான செந்நெறிச் செல்நெறிகளை வலியுறுத்துவதையே தமது முதன்மை நோக்கங்களாகக் கொண்டு விளங்குவன.

இன்னா செய்யாமை

இன்னா என்பது பொதுநிலையில் துன்பத்தையும் சிறப்பு நிலையில் இனியவையல்லாத அனைத்துச் செயற்கூறு களையும் குறித்து நிற்கிறது. பொருட்பயன் கருதியோ

உள்ள மகிழ்வு கருதியோ எந்தவொரு உயிர்க்கும் இன்னா செய்யாமலிருத்தலே இன்னா செய்யாமை ஆகும். இதைப் போலவே பொருட்பயன் கருதியோ, உள்ள மகிழ்வு கருதி யோதான் ஆசை எழுகிறது. இவ் ஆசையே துன்பம் செய்யத் தூண்டுகிறது. எனவே, 'இனனா செய்யாமை' ஆசை அறுத்தலின் முதல் படியாக விளங்குகிறது. பௌத்த மெய் யியலோடு நெருங்கிய தொடர்புகொண்ட இன்னா செய்யாமை வள்ளுவத்தில் இடம்பெற்றுள்ளமை இங்கு எண்ணத்தக்கது.

மாசற்றார் கோள்

இன்னா செய்யாமையை 'மாசற்றார் கோள்' என்கிறார் வள்ளுவர். காமம் வெகுளி, மயக்கம் என்னும் குற்றங்கள் அற்ற மாசற்றாரின் கொள்கையே 'மாசற்றார் கோள்' எனப்படுகிறது. இத்தகைய மாசற்றாராகப் பௌத்த, சமண சமயத்துறவிகளும் ஒரு சில இதர சமய, சிந்தனைப் பள்ளிகளின் வழிவந்தோரும் விளங்கியுள்ளனர். இருப்பினும், பௌத்த, சமணக் காலத்திற்கு முந்தைய சமயங்கள் வாழ்வியல் நெறிகளை அவ்வளவு உறுதியாக வலியுறுத்தவில்லை. மாறாக,சமண, பௌத்த சமயங்களோ இவற்றையே முதன்மைக் கோட்பாடாகவும் செயல்முறை வடிவங்களாகவும் கொண்டிருந்தன. எனவே, காமம், வெகுளி, மயக்கம் என்னும் குற்றமற்ற மாசற்றார் என்பது பௌத்த, சமணத் துறவிகளையும் குறிக்கும் என்பது உறுதியாகிறது.

திருக்குறளில் இடம்பெற்றுள்ள 'இன்னா செய்யாமை' என்னும் அதிகாரத்தில் 'மாசற்றார் கோள்' என்பது இரண்டு தன்மைகளைக் கொண்டிருப்பதாக அமையவேண்டும் என்று வரையறுக்கப்பட்டுள்ளது. அவை முறையே,

1. எல்லா வகையான சிறப்புக்களையும் பெற்றுத்தரும் செல்வத்தைப் பிறர்க்கு இன்னா செய்வதன்மூலம் பெறலாம் என்றாலும் பிறர்க்கு இன்னா செய்யாமலிருந்தல்.

(கு.32:1)

2. தாம் செய்த குற்றத்தினாலே வெகுண்டு நமக்கு இன்னாதவற்றைச் செய்தவன்மீதும், நாம் அதற்கு மாறாகப்

பின்பு இன்னா செய்யாமலிருத்தல்

(கு.32:2)

ஆகியவையாகும். இவற்றில் இரண்டாவது வரையறை தம்மபதத்தின் பாடலோடு மிகவும் பொருத்தி அமைவதாய் உள்ளது. அப்பாடல் வருமாறு:

“சுகத்துடன் வாழ உங்களுக்கு மனம் வாய்க்குமேல் உங்களை வெறுப்பவர்களை நீங்கள் வெறுக்காமல் அவர்கள் மத்தியில் வாழ்வீர்களாக. உங்களை வெறுப்பவர்களின் மத்தியில் நீங்கள் வெறுப்பின்றி வாழ்வீர்களாக”.

“சுகத்துடன் வாழ உங்களுக்கு வாய்க்குமேல் உங்களைத் துன்பம் செய்வர்களை நீங்கள் துன்பஞ் செய்யாமல் அவர்கள் மத்தியில் வாழ்வீர்களாக. துன்பத்தையனுபவிப்போர் மத்தியில் நீங்கள் துன்பமின்றி வாழ்வீர்களாக”

(அயோத்திதாசப் பண்டிதர்., க.1999:125)

இத் தம்மபதப் பாடல்களின் உட்கருத்துக்களைத் தன்னகத்தே கொண்டு விளங்குவதாக அமைந்துள்ள குறள் வருமாறு:

“கறுத்தின்னா செய்தவக் கண்ணும் மறுத்தின்னா
செய்யாமை மாசற்றார் கோள்”

(கு.32 : 2)

பௌத்த அறங்களைக் கூறும் இலக்கியங்களில் முதன்மையாக விளங்கும் தம்மபதத்தின் இரண்டாவது பாடலின் கருத்து திருக்குறள் ‘இன்னா செய்யாமை’ யின் இரண்டாவது குறளில் வெளிப்பட்டிருப்பது எண்ணத்தக்கது.

எதன் பொருட்டாயினும் ஒருவரை வெறுத்துத் துன்பம் செய்பவர்களாகவே உலகியல் மக்கள் இருந்துவருகின்றனர். அதன் மூலம் தனக்கான துன்பங்களைத் தாமே தேடிக் கொள்கின்றனர். எனவே, துன்பம் என்னும் மாசைத் தன்னைகத்தே கொண்டவர்களே பிறருக்குத் துன்பம் விளைக்க எண்ணிச் செயல்படுகின்றனர். இது மாசுடையார் கோளாகும். எதன் பொருட்டும் உண்டாகும் துன்பம் என்னும் மாசைத் தன்னகத்தே அண்டவிடாதவர்களே – அதனினின்று – நீங்கியவர்களே – பிறருக்குத் துன்பம் விளைவிக்க எண்ண

மாட்டார்கள். ஏனெனில், பிறருக்குத் துன்பம் விளைவிக்கும், எந்தவொரு எண்ணம், சொல், செயலாலும் எந்தவொரு பயனையும் அடையப் போவதில்லை. இதுவே மாசற்றார் கோளாகும்.

ஆசை அற்றுப் போகும்போது அவ் ஆசையின் பொருட்டு விளைந்த துன்பங்களின் மூலச் சுவடுகள் முழுவதுமாய் மறைந்துபோகின்றன. ஏனெனில், துன்பங்களின்பிறப்பிடமாக ஆசை விளங்குகிறது. துன்பம் என்கிற மாசும் அத்துன்பத்தின் ஊற்றான ஆசை என்கிற மாசும் அற்றவர்களையோ வள்ளுவர் 'மாசற்றார்' எனக் குறிப்பிடுகிறார் எனக் கருதலாம்.

அத்தகைய மாசற்றாரின் வாழ்வியல் நெறிக்கொள்கை களையே 'மாசற்றார் கோள்' என்கிறது வள்ளுவம். *(கு.32:1)*

இன்னா செய்யாமையும் சான்றாண்மையும்

'இன்னா செய்யாமை மாசற்றார் கோள்' என்று குறிப்பிடும் வள்ளுவர் சான்றாண்மைக்கான பண்பிலக்கணங்களுள் இன்னா செய்யாமையையும் ஒன்றாகக் குறிப்பிடுகிறார். மாசற்றார் சான்றாண்மை மிக்கவராய் விளங்குதல் இயல்பு. 'இன்னா செய்யாமை' அதிகாரத்தில்,

"இன்னா செய்தாரை ஒறுத்தல் அவர்நாண
நன்னயம் செய்து விடல்"

(கு.32 : 4)

என்று குறிப்பிடும் வள்ளுவர், இப்பண்பு சால்பிற்குரிய இயல்புகளும் ஒன்றாதலின், சான்றாண்மை அதிகாரத்திலும்,

"இன்னாசெய் தார்க்கும் இனியவே செய்யாக்கால்
என்ன பயத்ததோ சால்பு"

(கு.99 : 7)

என்று இன்னா செய்யாமையையே வலியுறுத்துகிறார். இதைப் பற்றிப் புத்தர் கூறியுள்ள பொருண்மைகளை டாக்டர் அம்பேத்கர் கீழ்க்காணுமாறு கூறுகிறார்:

"இன்னா கூறாமை, இன்னா செய்யாமை, ஒழுக்கத்திற்குப் பொருந்தக் கட்டுப்பாடுடைமையைப் பயிலுதல் – இவையே

புத்தரின் ஆலோசனை"

(அம்பேத்கர்., பி.ஆர்.1994 : 314)

எண்ணம், சொல், செயல் ஆகிய மூன்று நிலைகளிலும் ஒருபடித்தான தன்மைகளோடு விளங்கினால் மட்டுமே இன்னா செய்தல் நிகழாமல் இருக்கும். அத்தகைய தன்மையை வளர்த்துக் கொள்ள,

"பிறர் தீங்கிழைப்போராயினும் நீங்கள் தீங்கிழைக்காத வராய் இருக்கத் தீர்மானிப்பதன் மூலம் அதைத் தீய்க்கலாம்"

(அம்பேத்கர்., பி.ஆர்.1994 : 350)

என்ற நடைமுறை ஒழுகலாற்று நெறியையும் புத்தர் கூறியுள்ளார். நீங்கள் தீங்கிழைக்காதவராய் இருக்கத் தீர்மானிப் பதன் மூலமாக என்பதன் எதிர்மறைக் கருத்து "நீங்கள் நல்லது செய்வோராய் இருக்கத் தீர்மானிக்க வேண்டும்" என்பது வெளிப்படை. இங்கு வள்ளுவத்திற்கும் பௌத்தத்திற்கும் ஒரு சிந்தனையோட்டப் பொதுமை இழையோடுவதை உணரமுடிகிறது. இக்கருத்தை மேலும் உறுதிப்படுத்துவதாக இலங்கும் புத்தரின் கூற்றுக்கள் வருமாறு:

"ஆ ! பகைக்கிறவர்களிடம் அன்புசெலுத்தி உவகையோடு வாழ்கிறோம். பகைக்கிறவர் இடையே பகையற்று வாழ் கிறோம்"

(த.ப.,1996 : 197)

"துக்கம் எங்கிருந்து வருகிறதென்பதை அறிந்து, பழைய தீமைகளுக்குப் பரிகாரம் செய்து, ஆசாபாசங்களையும் அசத்தி யாயங்களையும்களைந்தெறிந்துதுன்பத்தைப்பொறுமையுடன் தாங்கி, இன்னா செய்தவர்க்கும் இனியவற்றையே செய்து வாழ்க்கைப் பற்றை வேருடன் களைந்து விட்டால் பின்னால் பிறப்புமில்லை, இறப்புமில்லை அந்நிலையே நிருவாணம்."

(ராமசாமி.,ப.1999 : 247)

இவை இன்னா செய்தார்க்கும் இனிய செய்யும் தன்மையை வெளிப்படுத்துகிறது என்பது தெளிவு. அதுமட்டுமின்றி, வாழ்க்கைப்பற்றை வேருடன் களைந்து நிருவாணம் அடை

வதற்கான பலபடித்தான செயன்மை நிலைகளில் இன்னா செய்தார்க்கும் இனிய செய்யும் இயல்பை வளர்த்தலும் இடம்பெற்றிருப்பது குறிப்பிடத்தக்கது. உலகியல் இன்பங் களை விரும்புவோரே விரும்பத்தகாத – இன்னாத – செயல் களைச் செய்வர். உலகியல் இன்பங்களைத் துறந்தோர் எதன்பொருட்டும் இன்னா செய்யவேண்டிய நிலையற்றவர். ஏனெனில், அவற்றினால் யாதொரு பயனையும் அவர் அடையப் போவதில்லை என்பது பெறப்படுகிறது.

இன்னா செய்யாமையும் ஒப்புரவு அறிதலும்

பிறர்க்கோ, பிற உயிர்க்கோ இன்னா செய்பவர் முதலில் தனக்கு அதுபோல் ஒரு இன்னா நிகழ்ந்தால் எப்படி உணருவோம் என்ற எண்ணத்தை மனதில் எழுப்பிப் பார்க்க வேண்டும் என்று வள்ளுவமும் பௌத்தமும் ஒருங்கே உரைக்கின்றன. அவ்வாறு உணரும் மனப்பாங்கு உள்ள எவரும் இன்னாதவற்றைச் செய்யத் துணியார் என்பது உறுதி.

உலக நடையினை அறிந்து செய்தல் ஒப்புரவு அறிதல். நல்லுலக நடையான இன்னா செய்யாமையும் ஒப்புரவு அறிதலின் பாற்படும்.

ஒப்புரவு அறிதலோடு இன்னா செய்யாமை இயைந்து நிற்பதான புத்தரின் கருத்து தம்மபதத்தில் இடம்பெற்றுள்ளது. அக்கருத்து கீழ்வருமாறு:

“தன் சுகத்தைக் கோறும் ஒருவன் அதே சுகத்தைக் கோறும் ஏனைய ஜீவர்களை தண்டித்தும், கொலைபுரிந்தும், வருவானேல் அவன் சுகத்தை அடையவே மாட்டான்.

தன் சுகத்தைக் கோரும் ஒருவன் அதே சுகத்தைக் கோரும் ஏனைய ஜீவர்களைத் தண்டியாதும், கொலை புரியாதும் வருவானேல் அவன் சுகத்தை அடைவான்”

(அயோத்திதாசப் பண்டிதர்.,க.1999:123)

இக்கருத்தை அப்படியே திருக்குறளும்,

"தன்உயிர்க்கு இன்னாமை தான்அறிவான் எவன்கொலோ
மன்னுயிர்க்கு இன்னா செயல்"

(கு.32 : 8)

"இன்னா எனத்தான் உணர்ந்தவை துன்னாமை
வேண்டும் பிறன்கண் செயல்"

(கு.32 : 6)

என்று வெளிப்படுத்தியிருப்பது குறிப்பிடத்தக்கது. நேரிடையாக வெளிப்படுத்தியிருக்கும் இக்குறட்பாக்களைப் போலல்லாது மறைமுகமாக,

"அறிவினான் ஆகுவது உண்டோ பிறிதின்நோய்
தன்நோய்போல் போற்றாக் கடை"

(கு.32 : 5)

என்ற கேள்வியையும் முன்வைக்கிறது ஒரு திருக்குறள். பிறிதின் நோய் தன் நோய்போல் போற்றும் பண்பே உயர்ந்த மானுடப் பண்பு என்பதை,

"ஒத்தது அறிவான் உயிர்வாழ்வான் மற்றையான்
செத்தாருள் வைக்கப் படும்"

(கு.32 : 4)

என்ற குறள் குறிப்பிடுகிறது. எல்லா மானுட உயிர்களுக்கும் ஒப்புடையதாய் விளங்கும் இயல்புகளும் தேவைகளுமே தனக்கும் உரித்தானது என்பதை ஒவ்வொரு மானுடனும் எண்ணத் தலைப்பட்டுவிட்டால் இன்னா செய்தல் இல்லாமல் போகும்.

மெய்யுணர்தல்

மெய்யுணர்தல் என்பது உலகியல் உண்மைகள் அனைத்தையும் உணர்தலாகும். மாசறு காட்சி உடையோர்க்கே இது வாய்க்கும். மாசறு காட்சியாவது உள்ளதை உள்ளவாறே உணர்வது. அதாவது, உலகியல் வாழ்க்கையின் இயல்பை அறிதலாகும். காட்சி என்ற தமிழ்ச் சொல் 'தர்ஷன்' என்ற வடமொழிச் சொல்லுக்கு நேரான பொருள் தருகின்ற சொல்லாகும்.

"தொல்காப்பியர், "ஒத்த காட்சி உத்தி வகை" எனக் குறிப்பதும், கணியன் பூங்குன்றனார், "திறவோர் காட்சியில் தெளிந்தனம்" எனப் பாடுவதும் எண்ணத்தகும். இவ்விரு இடங்களிலும் 'காட்சி' என்னும் சொல் அளவை இயலை உள்ளடக்கிய மெய்யியலையும், மெய்யியலின் விளக்கமாக அமைந்த நூல்களையும் குறிக்கிறது என்பது தெளிவு"

(நெடுஞ்செழியன்., க.2000 : 2)

என்ற விளக்கம் இதை உறுதிப்படுத்தும்.

துன்பம் என்கிற மாசை அறுக்கின்ற மெய்யியல் சிந்தனை மரபையே 'மாசறு காட்சி' என்கிறார் வள்ளுவர்.

"இருள்நீங்கி இன்பம் பயக்கும் மருள்நீங்கி
மாசறு காட்சி யவர்க்கு"

(கு.32 : 2)

என்ற குறளில் 'இருள்' என்பது துன்பத்தைக் குறித்து நிற்கிறது. அறியாமையினின்று நீங்கிய தெளிந்த காட்சி உடையவர்க்குத் துன்பம் நீங்கி இன்பம் பயக்கும் என்பது இக்குறளின் பொருள். எனவே, துன்ப நீக்கத்திற்கு அறியாமையிலிருந்து விலகுதல் முதல் படிநிலையாகிறது என்கிறது வள்ளுவம். இந்த இடத்தில் மெய்யுணர்தல் குறித்த மணக்குடவரின் விளக்கத்தைப் பொருத்திப் பார்த்தல் நலம் பயக்கும். அவரது விளக்கம் வருமாறு:

"மெய்யுணர்தலாவது எக்காலத்திலும் எவ்விடத்தினும் அழியாது நிற்கும் பொருள் இது என உணர்தல்"

(வெள்ளைவாரணம்., த.மா.1993 :286)

மணக்குடவரின் கூற்றிலிருந்து 'அழியாது நிற்கும் பொருள்' தான் மெய்யுணர்தலுக்கான அடிப்படை என்பது புலப்படுவதால் அது எதைக் குறிக்கிறது என்பது ஆராயப்பட வேண்டியது. 'அழியாது நிற்கும் பொருள்' என வள்ளுவம் குறிப்பிடுவதைக் கண்டறிய வேண்டுமானால் அழிகிற மெய் யியல் குறிப்பிடும் பன்னிரு சார்புகளாக நிற்கும் அனைத்தும் அழியக்கூடிய தன்மையன; இவை அழிந்த பிறகு எஞ்சி நிற்பது நிப்பாணம். எனவே, அழியாத பொருள்களாக

விளங்குபவை பௌத்த அறக்கூறுகளும், அவை அடைவிக்கும் நிப்பாணமுமே என்பது வெளிப்படை. இதை உணர்தலே மெய்யுணர்தலாகும்.

பன்னிரு சார்பு நீக்கமும் ஒரேயொரு திருக்குறளும்

பௌத்த மெய்யியலின் மையமான கோட்பாடாக விளங்குவது பன்னிரு சார்புக் கோட்பாடாகும். பன்னிரு சார்புகளில் முதன்மையானது அறியாமை; இறுதியானது பிறப்பு. இப்பன்னிரு சார்புகளினின்று நீங்குதலே பிறப்பறுத்தலாகும். அவை பின் வருமாறு:

1. (அவித்தை) பேதைமையல்லது பொய்க்காட்சியிலிருந்து ஏதுக்குத் தக்க ஸ்கந்த சேர்க்கையால் குஸல அகுஸல கன்மங்களாகிய ஸம்ஸ்காரங்கள் (செய்கைகள்) உண்டாகின்றன.

2. (ஸமஸ்காரங்கள்) செய்கைகளிலிருந்து மறுபிறப்பை யுண்டு செய்ய கற்பந்தரிக்கும் விஞ்ஞானம் (உணர்வு) உண்டாகின்றன.

3. (விஞ்ஞானம்) உணர்விலிருந்து நாமரூபங்களாகும் அருவுரு உண்டாகின்றன.

4. (நாமரூபமாகும்) அருவுருவிலிருந்து ஷடாயதனங்களாகும் அறுவகை வாயில்களுண்டாகின்றன.

5. (ஷடாயதனங்கள்) சப்த, பரிச, ரூப, ரச, கந்த எண்ணங்களாகும் அறுவகை வாயில்களிலிருந்து (பதோ) ஊறு உண்டாகின்றன.

6. (பதோ) இன்ப துன்பம் ஊறுகளினின்று வேதனை நுகர்வு உண்டாகின்றன.

7. (வேதனை) நுகர்விலிருந்து தண்ஹா வேட்கையுண்டாகின்றன.

8. (தண்ஹா) வேட்கையிலிருந்து உபாதானப் பற்று உண்டாகின்றன.

9. (உபாதானம்) பற்றிலிருந்து பிறப்புக்கு மூலமான கருமக் கூட்டம் (பவோ) உண்டாகின்றன.

10. (பவோ) பிறப்புக்கு மூலமாகும் கருமக்கூட்டத் திலிருந்து ஜாத்தி மறுபிறப்பு உண்டாகின்றன.

11. "(ஜாத்தி) மறுபிறப்புண்டாகி அதிலிருந்து ரா–மூப்பு, மர்ணா– மரணம், ஸோகா– வலியும், பரிதேவா– அழுகையும், துக்கா–துன்பமும், தாம்நாஸே – கவலையும், சம்பாந்தே – ஏக்கமும் ஆகிய துக்கோற்பவ மூலமாக வினைப்பயன்கள் உண்டாகின்றன."

(அயோத்திதாசப் பண்டிதர்.,க.*1999 : 70–71*)

இப் பன்னிரு சார்புகளே மனிதனைப் பிறப்பறுத்தலி லிருந்து தடுத்துத் துன்பச் சூழலிலே பிறக்க வைக்கின்றன. பிறத்தலுக்கு அடிப்படையாக உள்ள இதர பதினொரு சார்புகளுக்கெல்லாம் முதன்மையானதும் இவற்றின் தோற்றங் களுக்கெல்லாம் அடிப்படையானதும் அறியாமையே. இதைத் தெள்ளிதின் உணர்த்துகிறது திருக்குறள். மெய்யுணர்தல் அதிகாரத்தில்,

"பொருளல்ல வற்றைப் பொருளென் றுணரும்
மருளானாம் மாணாப் பிறப்பு"

(கு.*36 : 1*)

என்ற முதல் குறளிலேயே அறியாமை, பிறப்பு இரண் டையும் குறிப்பிட்டு விடுகிறார் வள்ளுவர். பன்னிரு சார்புகளின் முதலும் இறுதியுமாக விளங்குபவை அறியா மையும் பிறப்புமே ஆகும். இவற்றை வள்ளுவர் தம் குறளில் முறையே மருள், பிறப்பு என்று குறிக்கிறார்.

அறியாமை எத்தன்மைத்து என்பதைப் பற்றி புத்தர் கூறுவதாவது :

"இந்த உலகிலோ அல்லது அடுத்த உலகிலோ எந்தத் துன்பங்கள் இருந்தாலும் அவைகள் அனைத்திற்கும் வேராக உள்ளது பேதைமை; அவை (அத்துன்பங்கள்) விருப்பம் அல்லது ஆசை காரணமாக எழுபவை"

"மலங்களில் எல்லாம் பெரியதோர் மலம் ஒன்று உண்டு.

அறியாமையே முதன்மையான மலம், பிக்குகளே, அந்த மலத்தையும் ஒழித்துவிட்டு மாசற்றவராக விளங்குவீர்"

(ராமசாமி., ப. 1996: 24,25)

இந்த அறியாமை என்கிற வித்துதான் பிறப்பை விளையச் செய்கிறது என்பது பௌத்த மெய்யியல் அடிப்படை.

இதைக் குறள்,

"மருளானாம் மாணாப் பிறப்பு"

என்கிறது வள்ளுவம். வள்ளுவம் கூறும் பொருளல்லவை யாவையென்றால் அறியாமை என்கிற மருளை உருவாக்கும் சிந்தனையோட்டங்களாகும். அதாவது, பிறப்பை உருவாக்கு வதற்கான சங்கிலித் தொடர் இயக்க உணர்வுகள் ஆகும். இவற்றினால் உண்டாகும் மறுபிறப்பும் அதன் அளவாய்த் தோன்றும் இதர துன்பச் சுழற்சிக் கூறுகளும் பொருளல்லவை. இவற்றை நற்காட்சியைக் கொண்டு கண்காணிக்கின்றனர். இக்கருத்தை வலியுறுத்தும் பகுதி இதோ:

"தவறில்லாதவற்றைத் தவறானவை என்றும் தவறுள்ள வற்றைத் தவறில்லாதவை என்றும் நினைக்கிறவர்கள், தீக் காட்சியுடைவர்கள். ஆகையினாலே, நரகம் அடைகிறார்கள்.

தவறானவற்றைத் தவறு என்றும் தவறில்லாதவற்றைத் தவறன்றென்றும் அறிகிறவர்கள், நற்காட்சியுடையவர்கள்; ஆகையினாலே சுவர்க்கம் அடைகிறார்கள்"

(சோமானந்தா பிக்கு., 1996, 176)

இதே கருத்தின் அடிப்படையைக் கொண்டு விளங்கும் புத்தரின் மற்றொரு கூற்று வருமாறு :

"உண்மையை உண்மையில்லையென யார் எண்ணுகிறார் களோ அவர்களும், உண்மையின்மையை உண்மையென்று மதிப்பவர்களும் முரணான கோட்பாட்டை மேற்கொள்ளும் கருத்து உடையவராதலால் மெய்யான பயனை அடையவே இயலாது. ஆனால், உண்மையினை உண்மையென்று அறி தலும், பொய்மையைப் பொய்மையெனப் புரிதலுமே

நேர்மையான முழுநிறைவையும் மெய்யான பலனையும் தரும்''

(அம்பேத்கர்., பி.ஆர்.1994 : 155)

ஆக, அறியாமையே பிறப்புக்கான மூலம் என்ற கருத்திலும், அவ்அறியாமை பொருளல்லவற்றைப் பொருளென்று உணரும் தன்மையது என்ற கருத்திலும் பௌத்த மெய்யியலும், வள்ளுவமும் ஒத்த சிந்தனையோட்டத்தைக் கொண்டிருப்பது உறுதியாகிறது.

"பொருளல்லவற்றை பொருளென்று உணரும் –
உள்ளதன் நுணுக்கம் உணர்தல்''

மெய்ப்பொருள் காண்பதாகும். இம் மெய்ப்பொருள் கண் டார்க்குப் பிறப்புக்கான மூலகாரணமான அறியாமை நீங்கும். அறியாமை நீங்கிச் செம்பொருட் செயன்மைகளைக் கைக் கொள்ள மற்று ஈண்டு வாரா நெறி புலனாகும். இக் கருத்துக்களைக் கொண்ட குறட்பாக்கள் வருமாறு:

"எப்பொருள் எத்தன்மைத் தாயினும் அப்பொருள்
மெய்ப்பொருள் காண்பது அறிவு''

(கு.36 :5)

"கற்றுஈண்டு மெய்ப்பொருள் கண்டார் தலைப்படுவர்
மற்று ஈண்டு வாரா நெறி''

(கு.36 :6)

"பிறப்பென்னும் பேதைமை நீங்கச் சிறப்பென்னும்
செம்பொருள் காண்பது அறிவு''

(கு.36 :8)

உண்மைத் தேட்டத் தடுப்புகளும் வள்ளுவமும்

உண்மைத் தேட்டத் தடுப்புகளாக விளங்குபவற்றை 'ஆஸவங்கள்' என்று பௌத்தம் குறிப்பிடுகிறது. ஆஸவங்கள் எனப்படுபவை நால்வகைக் குற்றங்களாகும். அவை 1. காமம் அல்லது சிற்றின்ப ஆசை. 2. பவம்(பிறப்பு) 3. திட்டி (பொய்க்காட்சி), 4. அவிச்சை (அறியாமை) ஆகியவையாகும்.

வள்ளுவமும் இவற்றையே குறிப்பிட்டிருப்பதைக் கீழ்க் காணும் ஒப்புமை உணர்த்தும்:

வள்ளுவம்	**பௌத்தம்**
காமம் வெகுளி	– காமம்
மருளானாம் மாணாப் பிறப்பு	– பவம் (பிறப்பு)
பொருளல்லவற்றைப் –பொருளென்று உணரும்.	– திட்டி (பொய்க்காட்சி)
பிறப்பு என்னும் பேதைமை	–அவிச்சை (அறியாமை)

மேற்கண்ட ஒப்புமைப் பகுதியிலிருந்து பௌத்த மெய் யியல் பின்புலத்தைத் தன்வயப்படுத்திக் கொண்ட வள்ளுவம் தனக்கென தனித் தடத்தையும் அமைத்துக் கொண்டமை புலனாகிறது.

வள்ளுவ மெய்யுணர்தலில் பௌத்தப் பன்னிரு சார்பு நீக்கம்

பொருளல்லவற்றைப் பொருளென்று உணரும் பிறப்புக் கான மூலகாரணமாக விளங்கும் அறியாமையிலிருந்து நீங்குதலை முதல் எட்டுக் குறட்பாக்களில் மெய்யுணர்தல் அதிகாரம் விவரிக்கிறது. ஒன்பதாவது குறளோ அறியாமை யிலிருந்து கிடைக்கும் இதர சார்புக் கூறுகளையும் உணர்த்தி நிற்கிறது. அக்குறள் வருமாறு:

“சார்புஉணர்ந்து சார்புகெட ஒழுகின் மற்றுஅழித்துச்
சார்தரா சார்தரு நோய்”

(கு.36 :9)

அறியாமையிலிருந்து தொடங்கித்துன்பத்தைவிளைவிக்கும் பிறப்புவரை சங்கிலித் தொடர்போல ஊடாடி நிற்கும் அச்சார்புகள் யாவை என்பதை வள்ளுவம் வெளிப்படையாக விவரிக்கவில்லை. ஆனால், தொடக்கப்புள்ளியான அறியாமை யையும், முற்றுப்புள்ளியான பிறப்பையும் வள்ளுவம் குறிப் பிட்டுள்ளது. இதர சார்புக் கூறுகளை வள்ளுவம் தோன்றிய

காலத்து மக்கள் உய்த்துணர்ந்து கொள்வர் என்பதாலும் குறள் வடிவம் அவற்றை விவரிக்க இடம் கொடுக்கவில்லை என்பதாலும் கூறவில்லை போலும். வள்ளுவம் தோன்றிய காலகட்டத்தில் தமிழ்ச் சமூகத்தில் மேலோங்கியிருந்த சமயங்களுள் பௌத்தம் குறிப்பிடத்தகுந்தது. எனவே, அதன் மெய்யியல் கருத்தியல் தாக்கம் திருக்குறளில் வெளிப்பட்டிருப்பது இயல்பானதே.

எவை எவை சார்புடையனவோ அவற்றின் சார்பிலிருந்து நீங்கிநின்று, பிறகு அதனை அழித்தால் துன்பங்களின் மூல மான பிறப்பைச் சாராமல் ஒருவன் வாழலாம். இந்த மெய்யுணர்தலை அறிந்தால் அவா அறுத்து வீடுபேறடையலாம் என்பது, வள்ளுவத்தின் உட்கிடை. இதையேதான், பௌத்த மெய்யியலும் உணர்த்தி நிற்கிறது என்பது இங்கே உணரற்பாலது.

தம்மக்குறள் ஒப்பீட்டு நூல்கள்

அம்பேத்கர்.,பி.ஆர்., *1994*, ***புத்தரும் அவர் தம்மமும்,*** சித்தார்த்தா,வீ. *(தமிழில்)* தமிழாக்க நூல், வெளியீட்டுக் கழகம், சென்னை.

அயோத்திதாசப் பண்டிதர்.,க. *1999*, ***புத்தரது ஆதிவேதம்,*** தலித் சாகித்ய அகாடமி, சென்னை.

சோமானந்தா பிக்கு., *1996*, ***தம்மபதம்,*** மகாபோதி சொசைட்டி, சென்னை.

நெடுஞ்செழியன்., க. *2000*, ***தமிழர் இயங்கியல்,*** பாலம், சென்னை.

பரிமேலழகர் உரை, ***திருக்குறள்,*** *1993*, கழகப் பதிப்பு, சென்னை.

ராமசாமி., ப. *1999*, ***போதி மாதவன்,*** முல்லை நிலையம், சென்னை.

வெள்ளைவாரணம்., த.மா. *1993*, ***திருக்குறள் உரைக்கொத்து,***

அண்ணாமலைப் பல்கலைக்கழகம், அண்ணாமலை நகர், சிதம்பரம்.

- திருக்குறளும் உலக அறநூல்களும், முனைவர் தெ. திருஞானமூர்த்தி (பதிப். ஆ.), மணிவாசகர் பதிப்பகம், சென்னை, ஜூலை *2018*, பக்.*35–47*

ISBN 978-93-5311-066-6.

7. தமிழின் முதல் தருக்கவாதி "அறவண அடிகள்" - உலக விருத்த ஆராய்ச்சியை முன்வைத்து

காரண - காரிய இயைபு அல்லது இயைபின்மையை விளக்கும் அறிவாராய்ச்சியின் ஒரு வகை அணுகுமுறையைத் 'தருக்க நெறி' என்பர். இந் நெறிநிற்கும் தருக்கவாதிகள் பலர்; தருக்கவாத முறைகளும் பற்பல; அவரவர் சார்ந்த மெய்யியலுக்கேற்பக் கட்டமைக்கப்படும் தருக்கநெறிகளுள் பௌத்தத் தருக்க நெறியை - அளவையியலை அறவண அடிகளின் வழியாக மணிமேகலை எவ்வாறு பதிவுசெய்துள்ளது என்பது ஆராய்தற்குரியது. இத்தகைய தருக்க வாதத்தைத் தமிழில் முதன்முதலில் முன்வைக்கும் தருக்க வாதியாக அறவண அடிகள் விளங்குவதை இந்தக் கட்டுரை விளக்கி முன்வைக்கிறது.

உலக விருத்தம் (29 : 162) என்னும் ஒரு தொடர்

மணிமேகலையின் 29ஆம் காதையான 'தவத்திறம் பூண்டு தருமங்கேட்ட காதையில் இத்தொடர் இடம்பெற்றுள்ளது. 'உலோக விருத்தம்' என்று ஓரிடத்திலும் (29 : 149–150), 'உலக விருத்தம்' என்று ஓரிடத்திலுமாக (29:162) இரண்டு இடங்களில் பதிவுபெற்றுள்ளது. மணிமேகலைக்குப் பௌத்த அளவையியலை அறவண அடிகள் விளக்கிப் போதிக்கும் பகுதியில் இத்தொடரைச் சாத்தனார் கையாண்டுள்ளார்.

27வது காதையான 'சமயக் கணக்கர் தம்திறம் கேட்ட காதை'யில் மணிமேகலை தோன்றிய காலத்தில் வழக்கிலிருந்த ஐந்து சமயங்களின் மெய்யியல் சிந்தனைகளை அவ்வச் சமயவாதிகள் மணிமேகலைக்குச் சொல்கின்றனர்.

அச் சமயங்களின் வாதங்கள் முறையே, வைதீகவாதம், ஆசீவகம், சாங்கிய வாதம், வைசேடிக வாதம், பூதவாதம் ஆகியவையாகும். இவற்றையெல்லாம் கேட்ட மணிமேகலை இவையெல்லாம் தம் ஏற்புக்குரியனவாக இல்லை என முடிவெடுத்து, அறவண அடிகளிடம் சென்று பௌத்த வாதத்தைக் கேட்குமிடத்தில் இவ் 'உலகவிருத்தம்' பற்றிய விளக்கம் இடம்பெற்றுள்ளது.

அளவை வாதங்களின் பின்னணியில் பௌத்த அளவைவாதம்

முதலில் வைதீக அளவைவாதியிடம் அவர்தம் அளவை யியலைக் கேட்கும்போது வைதீக அளவைவாதத்தின் முறைகள் வேதவியாதன் 'பத்து' என்றும் கிருதகோடி 'எட்டு' என்று சைமினி 'ஆறு' என்றும் வரையறுத்துள்ளனர் என்று கூறிவிட்டு முறையே பத்து வகையான அளவைவாதங்களை அளவைவாதி விளக்கிச் சொல்கிறான். அப் பத்து அளவை வகைகள் வருமாறு: காட்சியளவை, கருத்தளவை, உவம அளவை, ஆகம அளவை, அருந்தாபத்தியளவை, இயல் பளவை, ஐதீகவளவை, அபாவ அளவை, மீட்சியளவை, உள்ளநெறியளவை ஆகியன.

இவ்வாறு வைதீக அளவைவாதம் 10 எனக் கூறியுள்ள அளவைகளைப் பௌத்த அளவையியல் முதல் இரண்டுக்குள் (2) அடக்கிக் காட்டுகிறது என்பதை 29–வது காதையான இப்பகுதி விவரிக்கிறது. புத்தரின் போதனைகள் தருக்கவியற் கூறுகளைத் தன்னகத்தே கொண்ட மெய்யியலாக வெளிப் பட்டிருந்தது. ஆனால், தருக்க நெறிகளுக்கான விளக்கங் களையோ தருக்க நெறிக்கான கட்டமைப்புகளையோ புத்தர் முன்மொழிந்தாரில்லை. எனவே, புத்தரின் தேரவாத பௌத்தம் தருக்கத் துறையில் ஈடுபடவில்லை என்பது தெளிவாகிறது. இதனால் தான், புத்தர் பிரானே 'தருக்க முடிச்சுகளிலும் அப்பாலைத் தத்துவங்களிலும் ஈடுபடக் கூடாது' என எச்சரித்தார். எனினும், பழைய நூல்களில் கூறப்பட்டன என்பதற்காக எதையும் கண்மூடித்தனமாக ஏற்றுக்கொள்ளும் போக்கினையும் அவர் கண்டித்தார். ஞானசார சமுச்சயத்தில்,

“நன்றாக உருக்கியும், சோதித்தும், கட்டளைக் கல்லில் உரைத்துப் பார்த்தும் பொன்னின் மாற்றினைச் சோதிக்கும் அறிஞனைப் போல என் சொற்களையும் நன்றாக ஆராய்ந்த பிறகுதான் நீங்கள் ஏற்றுக்கொள்ளுதல் வேண்டும்; என்னிடம் வைத்திருக்கும் மரியாதை காரணமாக என் சொற்களை ஏற்க வேண்டாம்”

(கந்தசாமி., சோ.ந. 1977:189)

என்றார் புத்தர். புத்தரின் மெய்யியலையும் அவருக்குப் பின்வந்த பௌத்த அறிஞர்களின் மெய்யியல் விளக்க முறைமைகளையும் விரிவாக ஆராய்ந்த ஷேர்பட்ஸ்கி எனும் அறிஞர் இதனை உறுதிப்படுத்துகிறார். ஷேர்பட்ஸ்கி எழுதிய ‘பௌத்த அளவையியல் (Buddhist Logic) என்னும் நூல் இதுகுறித்த பல்வேறு ஆய்வுமுடிவுகளைத் தருகிறது.

மகாயானபௌத்தப்பிரிவுகள்தாம்பௌத்தஅளவையியலை வளர்த்தெடுத்தன. மாத்யமிக மகாயானப் பிரிவை உருவாக்கிய நாகார்சுனர் வைதீகமும் நியாயமும் வளர்த்தெடுத்திருந்த அளவைகளில் பிரத்தியட்சம், அனுமானம், உபமானம், சப்தம் அல்லது ஆகமம் என்னும் நான்கு அளவைகளை வளர்த்தெடுத்தார். முற்கால யோகாகாரப் பிரிவினை வளர்த்த மைத்திரேயர், அசங்கர் ஆகியோர் பிரத்தியட்சம், அனுமானம், ஆகமம் என்ற மூன்று அளவைகளைக் கைக்கொண்டனர். பிற்கால யோகாசாரம் அல்லது சௌந்திராந்திக யோகாசாரப் பிரிவினை உருவாக்கிய வசுபந்து, திக்நாகர், தருமகீர்த்தி ஆகியோர் முதல் இரண்டு அளவைகளை மட்டுமே ஏற்றனர். இவர்களில் வசுபந்துவைத்தான் ‘ஆதி சினேந்திரன்’ என்று குறிப்பிட்டுள்ளார் சாத்தனார் என்பது ஷேர்பட்ஸ்கியின் ஆய்வு முடிவாகும்

(Stcherbatsky., F.Th.. 1962 : 32).

மணிமேகலையில் அளவைவாதங்கள்

பௌத்த மெய்யியலின்படி அளவைகள் இரண்டு. அவை, காட்சியளவை, கருத்தளவை என்பன. இதை மணிமேகலைக் காப்பியம்,

‘ஆதி சினேந்திரன் அளவை இரண்டே
ஏதமில் பிரத்தியக்கம் கருத்தளவு என்ன’

(29 : 47–48)

எனக் குறிப்பிடுகிறது. இவ் இரண்டனுள் கருத்தளவையின் வகைக்குள் இடம்பெறுவதே இவ் ‘உலக விருத்தம்’ என்பது.

கருத்தளவையை வடமொழியில் அனுமானம் என்கின் றனர். ‘காட்சியளவை’ யைப் ‘பிரத்தியக்கம்’ என்று வட மொழிச் சொல்லாலேயே குறிப்பிட்டுள்ள சாத்தனார் ‘கருத்தளவை’யை மட்டும் ‘அனுமானம்’ என வடமொழிச் சொல்லால் குறிப்பிடாது ‘கருத்தளவு’, என்னும் தமிழ்ச் சொல்லால் பதிவுசெய்துள்ளார். இனி, கருத்தளவைக்குள் ‘உலக விருத்தம்’ இடம்பெறுமாற்றைக் காணலாம்.

கருத்தளவை (அனுமானம்) என்பது காரணானுமானம் (பூர்வசத்து), காரியானுமானம் (சேஷவத்து), சாமானியானு மானம் (சாமான்யதோ திருஷ்டா) என மூன்று வகைப்படும். இம் மூன்று வகையுள் காரணானுமானம், சாமானியானுமானம் என்ற இரண்டும் பிழைபடுவதற்கும் வாய்ப்புண்டு. ஆனால், இவற்றுள் பிழையாதது ‘காரியானுமானம்’ என்ற ஒன்றே யாகும் என்கிறார் சாத்தனார் *(29 : 52 –56)*. கருத்தளவை ஐந்து உறுப்புகளைக் கொண்டது. அவை முறையே, பக்கம், ஏது, திட்டாந்தம், உபநயம், நிகமனம் என்பனவாகும் *(29 : 57)*. இவற்றுள் பக்கம், ஏது, திட்டாந்தங்களில் நல்லனவும் உள, தீயனவும் உள. இதன்படி, இவற்றை, நன்பக்கம் (Valid Thesis), நல்லேது (Valid reason), ஏதமில் எடுத்துக்காட்டு (Valid Reason) என்கிறார் சாத்தனார். இம் மூன்றிற்கும் உரிய விதிகளிலிருந்து பிறழ்ந்தவற்றைத் தருக்கப் போலிகள் (தீயன) (Logical Fallacies) என்பர்.

பக்கம் என்பதற்கு, ‘இம் மலை நெருப்புடைத்து எனல்’ என்கிறது மணிமேகலை *(29 : 59)*. இப் பக்கம், தன்பக்கம் (சபக்கம்), மறுதலைப் பக்கம், (விபக்கம்) என்ற இரு வகைப்படும். தன்பக்கமாவது நன்பக்கம் என்றும் மறுதலைப் பக்கமாவது தீயபக்கம் என்றும் கூறப்படும். நன்பக்கம் என்பது பிற ஏது, திட்டாந்தம், உபநயம், நிகமனம் ஆகியவற்றைத் துல்லியமான அளவைநெறியில் கொண்டு சேர்க்கும்.

இதைக் கீழ்வரும் எடுத்துக்காட்டுத் தொடர்ச்சியின்மூலம் மணிமேகலை விளக்குகிறது :

'இம்மலை நெருப்புபை யுடையது; – பக்கம்

'இம்மலை நெருப்பை யுடையது'
எவ்வாறெனில், மலை புகையுடையதாய்
இருக்கிறது – ஆதலால்' } ஏது

'இம்மலை புகையுடையதாதலால்
நெருப்பையுடையது;
எவ்வாறெனில், பலவகைப்பட்ட
அடுக்களைகளில் புகைவருவதுபோல' } திட்டாந்தம்

'அடுக்களைகளில் புகைவருவதுபோல
இம்மலையும் புகையை உடையதாய்
இருக்கிறது' } உபநயம்

'எதெல்லாம் புகையுடையதாய் இருக்கிறதோ
அதெல்லாம் நெருப்புடையது எனல்' } நிகமனம்

மேற்கண்ட எடுத்துக்காட்டுத் தொடர்ச்சியில் ஒருவகை இயைபும் முரணும் கலந்த மயக்கப் போக்கு காணப்படுகிறது. இந்தப் பின்புலத்தில், பக்கம் என்பதற்கான கூற்றை இரு நோக்குகளிலும் அணுகிக் காணலாம். அதாவது,

1. 'இம்மலை நெருப்புடையது' என்பதை மலையில் உள்ள மரங்கள் உரசிக் கொள்வதாலோ பாறைகள் உடைந்து பாறைக்கற்கள் மோதிக் கொள்வதாலோ அறிய முடியும் என்ற நேர்நிலை அனுபவ அனுமானம் – இது ஒரு நோக்கு

2. 'இம்மலை நெருப்புடையது' என்பதைச் சமவெளியில் நெருப்புண்டாவதன் காரண – காரியக் கூறுகளுடன் ஒப்புநோக்கி தூரத்திலிருந்து கண்டவாறே அறிய முடியும் என்ற சார்நிலை அனுபவ அனுமானம் – இது இன்னொரு நோக்கு.

முதல் நோக்கை (ஒரு நோக்கை) 'நன்பக்கம்' என்றும் இரண்டாம் நோக்கை (இன்னொரு நோக்கை) 'தீயபக்கம்' என்றும் கொள்ளலாம் (நன்பக்கம், *29 : 113–121*), (தீய பக்கம் *29 : 154–190*).

இந்த 'நன்பக்கம்' என்பதுடன் நல்லேது *(29 : 121–135)*, ஏதமில் எடுத்துக்காட்டு *(29 :136–141)* என்பவையும் சேர பௌத்த தருக்கத்தின் முக்கூற்று முடிவுக்குரிய நல்உறுப்புக்கள் (Valid Members) மூன்றாகின்றன. இம்முக்கூற்று முடிவினைத் திக்நாகர் 'பரார்த்தனுமானம்' என்கிறார். இவை பௌத்த தருக்கத்திற்கான நல்ல அடிப்படைகளாக விளங்கு கின்றன.

முக்கூற்று நல்லுறுப்புக்களின் தருக்கநெறியில் ஏற்படும் பிறழ்ச்சிகளால் ஏற்படும் குற்றங்கள் – தீமைகளை உருவாக்குபவற்றைத் தருக்கப் போலிகள் (Logal Fallacies) என்பர். இதனடிப்படையில், ஏற்படும் தீய தருக்கப் போக்குகளை முறையே பக்கப் போலிகள் (Fallacies of thesis), ஏதுப் போலிகள் (Fallacies of Reason), எடுத்துக்காட்டுப் போலிகள் (Fallacies of Examples) என வழங்குவர் பௌத்தத் தருக்கவியலார். இவற்றுள் பக்கப் போலிகள் 9 நிலைகளிலும் *(29 : 154–190)*, ஏதுப் போலிகள் 14 நிலைகளிலும் *(29 : 195–324)*, எடுத்துக்காட்டுப் போலிகள் 10 நிலைகளிலும் *(29 : 340 – 468)* எழுகின்றன என்பதை மணிமேகலை மிகத் தெளிவாக விளக்குகிறது

(கந்தசாமி., சோ.ந. *1977 : 208*, Balusamy. N. 1965 : 102)

பக்கப் போலிகளில் 'உலக விருத்தம்'

9 நிலைகளில் எழும் பக்கப் போலிகளுள் 4– வது நிலையாக இடம்பெறும் 'உலக விருத்தம்' என்பதும் ஒன்று. இதை,

'பக்கப் போலி ஒன்பது வகைப்படும்

பிரத்தியக்க விருத்தம் அனுமான
விருத்தம் சுவசன விருத்தம் உலோக
விருத்தம் ஆகம விருத்தம் அப்பிர
சித்த விசேடணம் அப்பிர சித்த
விசேடியம் அப்பிர சித்த வுபயம்
அப்பிர சித்த சம்பந் தம்மென'

(29 : 127–133)

என்றவாறு பதிவுசெய்துள்ளது மணிமேகலை.

இவற்றுள் 'உலக விருத்தம்' என்பதற்கான விளக்கத்தை மணிமேகலை கீழ்வருமாறு கூறியுள்ளது:

'உலக விருத்தம் உலகின் மாறாம் உரை
இலகுமதி சந்திரன் அல்ல என்றல்'

(29 : 162–163)

இதன்பொருள்,

'உலக விருத்தம்' என்பது உலக வழக்குக்கு மாறாக உரைத்தலாகும். அதாவது, வானில் இலகுகின்ற மதியைச் சந்திரன் அல்ல என்று கூறுவதாகும்'

என்பதாகும். உலக இருப்பிலும் இயக்கத்திலும் இருக்கும் ஒன்றை – உலக மக்கள் அனைவராலும் ஏற்கப்படும் ஒன்றை – இல்லை என்று கூறுதல் காரண – காரிய இயைபில்லாத ஒன்றல்லவா? உலகம் உண்டு என்பதை இல்லை எனல் போலி உரையாகும். எனவே, இவ்வாறு உரைப்பதை 'உலக விருத்தம்' (உலகப் போலி அல்லது உலகக் குற்றம்) என்கிறது பௌத்த தருக்கவியல். பௌத்தத் தருக்கவியலின் வளர்ச்சிக்குப் பெருங்கொடை நல்கிய நியாயத் தத்துவ நூலான நியாயப் பிரவேசம், 'உலக விருத்தம்' என்பதற்கு, 'மனிதர் மண்டையோடு தூய்மையுடையது. உயிருடம் பினுறுப்பாதலால், சங்குச்சிப்பி போலும் என்று கூறுவது' என்று கூறுகிறது.

(வைசேடிக சூத்திரம் iii *2.8.12* – ஔவை உரை.,
மணிமேகலை, *1964 : 514*).

உலகின் இயல்பை உள்ளதை உள்ளவாறு புரிந்துகொள்ளாமல் மாறுகொளப் புரிதலும் மாறுகொள உரைத்தலும் ஆகாது என்பதைப் பௌத்தத் தருக்கவியல் இவ் உலக விருத்தத்தின்வழி உணர்த்துகிறது எனலாம்.

இவ்வாறு, பௌத்தத் தருக்கவியல் அறிவுக்குகந்த, அறிவாராய்ச்சிக்குட்பட்ட அணுகுமுறைகளைக் கொண்டுள்ளது. ஏனெனில், இவ்வுலகப் பிரச்சினைகள் அனைத்துக்குமான தீர்வைத் தரவல்லது, அறிவாராய்ச்சியியலேயாகும். இத்தகைய அறிவாராய்ச்சியியலின் அணுகுமுறைப் பின்புலத்தில் தருக்கங்களை வகுத்துணர்த்துப் பயன்படுத்துவதால் பௌத்தத் தருக்கவியலை 'அறிவாராய்ச்சித் தருக்கம்' (Epistomological logic) என அழைக்கலாம் (Stchertatsky., F.Th.1962 :1).

முடிவுரையாக...

இதுவரை ஆராய்ந்த பௌத்தத் தருக்கவியலை முதன் முதலில் மணிமேகலைக் காப்பியமே பதிவுசெய்துள்ளது. எனவே, காப்பியத்தைப் படைத்த சீத்தலைச் சாத்தனாரும் பௌத்தத் தருக்கவியலின் மாபெரும் அறிஞராகத் தமிழகத்தில் நிலவியுள்ளார் என்பது பெறப்படுகிறது. சாத்தனார் காப்பியத்தில், மணிமேகலைக்குப் பௌத்தத் தருக்கவியலைக் கற்பித்த பௌத்த ஞானியாக அறவண அடிகளைப் படைத்துள்ளார். இதிலிருந்து, முப்பெரும் பௌத்தத் தருக்கவியல் அறிஞர்களை மணிமேகலைக் காப்பியத்தில் காணமுடிகிறது. அவர்கள் முறையே, சீத்தலைச் சாத்தனார், அறவண அடிகள், மணிமேகலைஆகியோராவர். இவர்களுள், மணிமேகலைக்குப் பௌத்தத் தருக்கவியலைக் கற்பித்ததாலும், அக்கால பௌத்தத் தமிழ் ஞானியருள் ஒருவராக அறவணஅடிகள் விளங்குவதாலும் அறவண அடிகளே தமிழின் முதல் தருக்கவாதியாகத் திகழ்கிறார் என்பது தெளிவாகிறது.

பயன்பட்ட நூல்கள்

உ.வே.சா., 2008, ***மணிமேகலை – அரும்பதவுரை,*** டாக்டர் உ.வே.சா. நூல்நிலையம், சென்னை – 90.

கந்தசாமி., சோ.ந. 1977, ***பௌத்தம்,*** டாக்டர் S.இராதா கிருஷ்ணன் மெய்யுணர்வு மேல்நிலைக் கல்வி நிறுவனம், சென்னைப் பல்கலைக் கழகம், சென்னை.

வேங்கடசாமி.,நாட்டார் ந.மு, *1964,* ***மணிமேகலை, ஔவை சு.துரைசாமிப்பிள்ளை உரை,*** தி.சை.சி.நூ.ப. கழகம், திருநெல்வேலி – 6.

Stcherbatsky., F.th. 1962, *Buddlist logic,* Vol -1, 2, Dover publications, Inc. New Yark.

Balusamy.,N. 1965, *Studies in Manimekalai,* Athirai Pathippakam, Madurai -13.

- *நியுசெஞ்சுரியின் 'உங்கள் நூலகம்'* ...., பக்.
- *அறவண அடிகள், இணைப்புப் பார்வைக் கட்டுரை,* www.wikipedia.com
- www.keetru.com

8. மணிமேகலை உருவாக்கத்தில் உலகவறவி

மணிமேகலைக் காப்பியத்தின் முதன்மை நோக்கங்களுள் ஒன்றான பசிப்பிணி போக்குதற்குரிய இடங்களுள் ஒன்றாக இவ் 'உலக அறவி' விளங்குகிறது. அத்தோடு, பௌத்த மெய் யியலின் மேன்மையை உணர்த்தும் இடமாகவும் திகழ்கிறது என்பதும் குறிப்பிடத்தகுந்த செய்தியாகும். இச்சொல்லும் இதன்பொருளும் இதன்இயக்கமும் பங்கேற்பும் மணிமேகலை எனும் பௌத்தப் பெருமகளையும், பெருங்காப்பியத்தையும் ஒருங்கிணைக்கும் இயைபிழையாக உள்ளமை ஆராயத்தக்கது என்னும் நோக்குநிலையில் இக்கட்டுரை அமையப் பெற் றுள்ளது.

இச்சொல் முதன்முதலில் மணிமேகலையில் 'துயிலெ ழுப்பிய காதை'யில் இடம்பெற்றுள்ளது. மேலும், உலக வறவி புக்க காதை *(17:78,56)*, உதயகுமரனைக் காஞ்சனன் வாளாலெறிந்த காதை *(20:20–21)*, சிறைசெய் காதை *(22:90)*, ஆபுத்திரன் நாடடைந்த காதை *(24:161–162)* போன்ற காதைகளிலும் இச்சொல் பயின்றுள்ளது.

'உலக அறவி'யைக் குறிப்பிடும் பிற சொற்களாக 'அம்பலம்' என்ற சொல் சுமார் *16* இடங்களிலும் *(*பதிகம் *: 67.69, 14:4, 65, 17:98, 18–62, 114, 19:151, 20:87, 97, 22:184, 188, 196, 202, 25:141)*, 'பொதியில்' எனும் சொல் ஈரிடத்திலும் *(20:79, 21:6–7)*, 'அறவோர்க் கோட்டம்' என்ற சொல் ஓரிடத்திலும் *(20:105)* இடம் பெற்றுள்ளன. ஆக, மொத்தத்தில் 27 இடங்களில் 'உலக அறவி' குறிப்பிடப்பட்டுள்ளது.

30 காதைகளையுடைய இக்காப்பியத்தில் முறையே, *7, 14, 17, 18, 19, 20, 21, 22, 24, 25*–ம் காதைகளான துயிலெழுப்பிய காதை, பாத்திரமரபு கூறிய காதை, உலக அறவி புக்க காதை, உதயகுமாரன் அம்பலம்புக்க காதை, சிறைக் கோட்டம்

அறக்கோட்டமாக்கிய காதை, உதயகுமரனைக் காஞ்சனன் வாளாலெறிந்த காதை, கந்திற்பாவை வருவதுரைத்த காதை, சிறைசெய் காதை, ஆபுத்திரன் நாடடைந்த காதை, ஆபுத்திரனோடு மணிபல்லவமடைந்த காதை என்ற 10 காதைளிலும் உலக அறவியைத் தொடர்புப்படுத்தியே காப் பியம் கட்டமைக்கப்பட்டுள்ளது. இதிலிருந்து காப்பியத்தின் உருவாக்கத்தில்; இயக்கத்தில் உலக அறவியானது உயிர் நாடியாகத் தொழிற்பட்டுள்ளமை தெள்ளிதின் துலங்குகிறது.

'உலகவறவி' என்னும் சொல்லுக்குத் கழகத் தமிழ் அகராதி, 'எல்லாச் சாதியாரும் வந்து தங்குவதற்குரிய தருமசாலை' *(1984:153)* என்று பொருள் கூறுகிறது. தமிழ் அகர முதலி, 'எல்லா இனத்தாரும் வந்து தங்குவதற்குரிய அறச்சாலை' (தமிழ் இணையக் கல்விக் கழக இணைய தளம்) என்கிறது.

இவ் 'உலக அறவி' சக்கரவாளக் கோட்டத்தில் அமைந் திருந்தது. உலக அறவியுடன் அங்கே சம்பாபதிக் கோயிலும் கந்திற்பாவையும் இடம்பெற்றிருந்தன. இச்சக்கரவாளக் கோட் டம் உவவனத்தைச் சூழ்ந்த மதிலின் மேற்குத் திசைவாயில்வழி வெளியேவரும் பகுதியில் அமைந்திருந்தது. இக்கோட்டம் தவமுனிவர்களின் உறைவிடமாகத் திகழ்ந்து வந்தது *(6:21–24)*. இக்கோட்டம் மயன் எனப்படும் தெய்வத் தச்சனால் இழைக்கப்பட்டிருந்தது. *(6:200–203)*.

உலக அறவி' இடம்பெறும் இடங்களாவன

துயிலெழுப்பிய காதை (7:93)

புகாரில் இந்திரவிழா நடந்துகொண்டிருந்த ஒரு நாளில் மலர்கொய்ய சுதமதியுடன் உவவனம் (மலர்வனம்) சென்ற மணிமேகலை உதயகுமரனுக்கு அஞ்சி அங்கேயுள்ள பளிக் கறைக்குள் புகுகிறாள். அப்போது அங்கு தோன்றிய மணி மேகலா தெய்வம் 'உதயகுமரனிடமிருந்து தப்ப வேண்டு மானால் சக்கரவாளக் கோட்டத்துள் போய்விடுங்கள்' என்று உரைத்துக்கொண்டே சுதமதி அறியாவண்ணம் மணிமேக லையை எடுத்துச்சென்று மணிபல்லவத் தீவில் வைத்து விட்டு மீண்டும் உவவனத்திற்கு வருகிறது. அங்கு

துயின்று கொண்டிருக்கும் சுதமதியை எழுப்பி அவளுக்கு நிகழ்ந்தவற்றைக் கூறி சக்கரவாளக் கோட்டத்தின் வரலாற் றையும் இயல்புகளையும் அங்கு செல்லும் வழிகளையும் எடுத்துரைக்கிறது. அவ்வழி சென்று அங்கிருந்த 'உலக அறவி' யின் ஒரு பக்கத்தில் இருக்கிறாள் சுதமதி *(7:88–93)*. இந்த இடத்தில்தான் முதல் முதலில் 'உலக அறவி' என்னும் சொல் பதிவு இடம்பெற்றுள்ளது.

பாத்திரமரபு கூறிய காதை *(14: 4,56)*

தென்மதுரை சிந்தாதேவி கோயிலின் முன்பிருந்த அம்பலம் (பலரும் தங்குதற்குரிய இடம் – இது உலக அறவியன்று), *(14:16)* ஆபத்திரன் முதலில் ஐயக் கடிகையோடும் பின்னர் அமுதசுரபியோடும் தங்கியிருந்த அம்பலம் *(14:65–69)*.

உலக அறவி புக்க காதை *(14: 78, 86, 98)*

அமுதசுரபி பெற்றதும் காவிரிப்பூம்பட்டினத்திற்கு வந்த மணிமேகலையால் யானைத்தீ எனும் பசி நீங்கப் பெற்ற காய சண்டிகையின் கூற்றில் இடம்பெறும் உலக அறவி *(17:75–78)*. இது முனிவர்கள் பலர் உறையும் சக்கரவாளக் கோட்டத்தில் பலரும் வந்து புகுவதற்காகவே எப்பொழுதும் வாயில் திறந் துள்ள இயல்புடையது என்பது காயசண்டிகையின் கூற்றாகும்.

வலப்புறமாக மும்முறை வலம்வந்து மணிமேகலை வணங்கிய உலக அறவி *(17:83–86)*. வணங்கியபின் இது ஆபுத்திரன் கை அமுதசுரபி; இதிலிருந்து உணவுண்ண அனை வரும் வருக என அழைத்து அனைவருக்கும் உணவிட அவ்விடத்தில் ஊணொலி அரவத்து ஒலி எழுந்தது என்னும் இடத்தில் இடம்பெறும் அம்பலம் *(17:93–98)*.

உதயகுமரன் அம்பலம் புக்க காதை *(18:62–114)*

'மணிமேகலையின் பிக்குணிக் கோலத்தை ஒழித்து உதயகுமரனிடம் சேர்ப்பேன்' என்று சித்திரபதி சூளுரைத்த

கூற்றில் இடம்பெறும் அம்பலம் (உலக அறவி) (18:59–62). மணிமேகலையாகிய மலர், மிக்க பெருமையுடைய பூம்புகாரின் கண்ணே பாழிடமாகிய புறங்காட்டைச் (சக்கர வளாக் கோட்டம்) சார்ந்த 'உலக அறவி'யில் உள்ளது என்று சித்திராபதி உதயகுமரனிடம் கூறுகிறாள்.

உதயகுமரன் மணிமேகலையை மீண்டும் கண்ட இடமாகக் குறிப்பிடப்படும் அம்பலம் (உலக அறவி) (18:112–114).

சிறைக் கோட்டம் அறக்கோட்டமாக்கிய காதை (19:151)

சக்கரவாளக் கோட்டத்து அம்பலத்தில் (உலக அறவி) தீவதிலகை என்னும் தெய்வம் சொல்லக் கோமுகிப் பொய்கை அமுதசுரபியை மணிமேகலைக்குத் தந்தது (19:150–152). இங்கு 'அம்பல மருங்கோர் தெய்வம் தந்தது' என்று மட்டுமே மணிமேகலை குறிப்பிடுகிறாள்.

அம்பலத்தில் (உலக அறவி) இருந்த தெய்வம் தீவதிலகை என்பது பாத்திரம் பெற்றது என்னும் முன்னரே (11:39–54) பதிவு பெற்றுள்ளது.

ஆபுத்திரன் மதுரையிலோர் அம்பலத்தில் (பொது இடம்) இருந்தபோது அங்கிருந்த சிந்தாதேவி என்னும் தெய்வம் அமுதசுரபியைக் கொடுத்தது (14:1–6).

மணிமேகலையிடம் கொடுத்தது பூம்புகாரிலுள்ள 'உலக அறவி' என்னும் அம்பலத்திலிருந்த தெய்வானை தீவதிலகை. ஆபுத்திரனிடம் கொடுத்தது தென் மதுரையில் அம்பலம் என்னம் பொதுவிடத்திலிருந்த தெய்வானை சிந்தாதேவி இரட்டையும் ஒருசேரக் குறிக்கும் உத்தியில்தான் 'தெய்வம் தந்தது திப்பியமாயது' என்று பொருள்படக் கூறியுள்ளார் சாத்தனர்.

உதயகுமரனை வாளாலெறிந்த காதை (15,21,79,87,97)

மணிமேகலை வெளியே வரும் நேரத்தில் உதயகுமரன் சென்ற இடமாகக் குறிப்பிடப்படும் பொதியில் (பொதியில் பலருக்கும் பொது உலக அறவி) (20:15–16).

மணிமேகலையைக் காண உதயகுமரன் உலக அறவியனுள்ளே ஏறிச் செல்வதைக் குறிப்பிடுமிடத்தில் இடம்பெறும் உலக அறவி *(20:17–21)*

காயசண்டிகை வடிவில் உதயகுமரனுக்கு அறமுரைப்பது மணிமேகலை என்பதறியாத காஞ்சனன் (விஞ்சையன்) காயசண்டிகை ஒரு புதிய காதலனோடு அளவளாவுகிறாள். எனவே, அவளைக் கொல்லவேண்டும் என்றெண்ணிக் காஞ் சனன் ஒளிந்திருந்த இடமெனக் குறிப்பிடப்படும் மன்றப் பொதியில் (பொதுஇல் – அம்பலம் – உலக அறவி) *(20:77–80)*.

காய சண்டிகை வடிவிலிருந்த மணிமேகலை உதய குமரனுக்கு நிலையாமைக் கோட்பாட்டை அறிவுறுத்தவும் மணிமேகலைதான் வேற்றுருக் கொண்டுள்ளாள் என உதய குமரன் அறிந்து கொண்டபோது குறிப்பிடப்படும் அம்பலம் *(உலக அறவி) 20:89–97)*.

கந்திற்பாவை வருவதுரைத்த காதை (21:6–7, 105)

உதயகுமரன் இறந்ததால் மயக்கமுற்ற மணிமேகலை எழுந்து விஞ்சையனுக்குக் கந்திற்பாவை கூறிய மொழிகளைக் கேட்டபோது குறிப்பிடப்படும் மன்றப் பொதியில் (பொதுஇல் – அம்பலம் – உலக அறவி *(21:1–9)*.

உதயகுமரன் இறந்தலும் 'பழம்பிறப்பில் கணவனாக இருந்தவனாயிற்றே' என்று மணிமேகலை வருந்த, 'பிறவித் துன்பத்தை ஒழிப்பதற்கு முயலும் நீ துன்பப்படாதே' என்று கந்திற்பாவை உரைக்குமிடத்தில் இடம்பெறும் அறவி *(உலக அறவி) 21:105–109)*.

சிறைசெய் காதை (22: 98, 184, 188, 196, 202)

சக்கரவாளக் கோட்டத்து முனிவர்கள் அங்கு கந்திற் பாவையையும் சம்பாதியையும் வழிபட வந்தவர்களிடம் மணிமேகலை வரலாற்றைக் கூறுமிடத்து இடம்பெறும் அம்பலம் (உலக அறவி) அடைந்தாள் மணிமேகலை என்று முனிவர்கள் இங்கு குறிப்பிடுகின்றனர்.

சக்கரவாளக் கோட்டத்து முனிவர்கள் உதயகுமரன் மணிமேகலையின் பொருட்டுக் காமமிகுதியால் வந்தடைந் ததாகக் குறிப்பிடும் அம்பலம் (உலக அறவி) (22:185–188).

உதயகுமரன் வந்து கண்டபோது காய சண்டிகை உருவில் மணிமேகலை இருந்த இடம் அம்பலம் (உலகஅறவி) (22:188–196). உதயகுமரனைக் கண்டதும் மணிமேகலை காயசண்டிகை உருவில் மாறி இருந்தது உதயகுமரனின் தீவினைப்பயன் என்கிறார் சாத்தனார்.

காயசண்டிகையின் கணவன் விஞ்சையன் உதயகுமரனை வாளாலெறிந்த இடம் இவ்அம்பலம் (உலக அறவி) (22:197–204).

உதயகுமரனின் தீவினை மணிமேகலையைக் காயசண்டிகை உருவில் மாற்றியதோடு மட்டுமின்றி அவள் கணவன் விஞ்சை யனையும் அங்கு அழைத்து வந்தது என இயைக்கிறார் சாத்தனார். இதையெல்லாம் சக்கரவாளக் கோட்டத்து முனி வர்கள் உதயகுமரனின் தந்தையான மாவண்கிள்ளியிடம் உரைத்தனர் என்கிறது காப்பியம்.

ஆபுத்திரன் நாடடைந்த காதை (24:161)

உதயகுமரன் இறந்ததால் தன்மேல் பழியுண்டாகும் என நினைத்த மணிமேகலை பூம்புகாரை விடுத்து ஆபுத் திரன் நாட்டுக்குச் செல்லும்முன் கந்திற்பாவையையும் சம்பாபதியையும் உலக அறவியையும் வலங்கொண்டு வணங்கும்போது குறிப்பிடப்படும் உலக அறவி (24:160–163).

இவ்வாறு, காப்பியத்தை இயக்கும் மைய அச்சாக 'உலக அறவி' விளங்குகிறது. காப்பியக் கதையின் அடிப்படைகளான பௌத்த சமய வினைக் கோட்பாடு, பழம்பிறப்பு உணர்தல், மறுபிறப்பு அறிதல், பசிப்பிணி நீக்குதல், பரத்தமை ஒழித்தல், பௌத்த அறவியல், பௌத்தப் பிரபஞ்சவியல், பௌத்தத் தருக்கவியல் என்றவாறு அனைத்தையும் உலக அறவியை மையப்படுத்தியே விவரித்துள்ளார் சாத்தனார். காப்பியத்தின் அடிப்படை நோக்கங்களை நிறைவுசெய்யும் உயர்நிலையில் 'உலகஅறவி'யை சாத்தனார் ஏன் முதன்மைப் படுத்தியுள்ளார்

என்பது ஆராய்வதற்குரியது.

மணிமேகலை இயற்றப்பட்ட காலகட்டமான கி.பி. 1–3ஆம் நூற்றாண்டுகளில் பெரும்பான்மையான தமிழக மக்களிடம் மிகுந்த ஈர்ப்புப் பெற்றிருந்த சமயமாகப் பௌத்தம் விளங்கியது.

பிற சமயங்களான வைதீகமோ சைவ, வைணவமோ பெரும்பான்மையான மக்களின் ஈர்ப்பைப் பெற்றிருக்க வில்லை. ஏனெனில், அவை மக்களைச் சாதிகளாகவும், அவ்வச் சாதிகளுக்குரிய நியமங்களின்படி ஒழுகும் பொம் மைகளாகவும் ஆக்கி வைத்திருந்தன. இதனால், அவற்றால் ஒரு பொதுவிடத்தில் எல்லா மக்களையும் ஒன்றுதிரட்ட முடியவில்லை; முயலவும் இல்லை. அப்படி முயற்சி யெடுப்பதற்கான தத்துவப் பின்புலமும் அவற்றுக்கு இல்லை. ஆனால், பௌத்த சமயமோ அனைத்துச் சாதி மக்களையும் புத்தம், சங்கம், தம்மம் என்ற மும்மணிக் சரணத்துக்குள் கொண்டுவந்திருந்தது. இத்தகைய பொதுமை ஈர்ப்பு மிக்கது பௌத்தம் என்பதைப் படிப்போரின் நெஞ்சில் ஆழப் பதிவுசெய்வதற்கான குறியீடாகத்தான் இவ் 'உலகஅறவி' இக்காப்பியம் முழுமையும் விரவி நிற்கிறது என்லாம்.

பயன்பட்ட நூல்கள்

இணையதளம், தமிழ் இணையக் கல்விக் கழகம், சென்னை.

உ.வே.சா., *2008*, ***மணிமேகலை – அரும்பதவுரை,*** டாக்டர் உவே.சா. நூல்நிலையம், சென்னை–*90*.

நாட்டார்., ந.மு.வே.துரைசாமிப் பிள்ளை., ஔவை சு.*1964*, ***மணிமேகலை,*** தி.சை.சி.நூ.ப. கழகம், சென்னை.

.... *1985*, கழகத் தமிழ் அகராதி, தி.சை.சி.நூ.ப.கழகம், சென்னை.

- www.muthukamalam.com, 2017.

9. மணிமேகலை கால பௌத்தம்: முற்கால - பிற்கால நிலைகள்

தமிழர் தம் திணைசார் வாழ்வியலில் பரத்தைமை நெறியும் போர்நிகழ் வெறியும் மிகுந்ததால் சமூகத்தின் அசைவியக்கம் நிலைகுலைந்து போயிருந்தது. இதனால் அகத்திலும் புறத்திலும் அறநெறிகள் தோன்றி வளர்ந்து கொண்டிருந்தன. இவ்வாறு, தமிழ்ச் சமூகம் தனக்கான அறநெறி விழுமியங்களைத் தன்னியல்பாகக் கட்டமைத்துக் கொண்டிருந்த வேளையில் வடஇந்தியாவிலிருந்து பௌத் தமும் சமணமும் நிறுவனப்பட்ட சமயங்களாகவே தமிழகத் துக்கு வந்து சேர்ந்தன. வந்து சேர்ந்த பௌத்த, சமண சமயங்களில் சமணம் கடுமையான பின்பற்றுநெறிகளைக் கொண்டிருந்ததால் நடுநிலையான பின்பற்றுநெறிகளைக் கொண்டிருந்த பௌத்தம் மக்களின் ஏற்புநிலையைப் பெற்றது. சங்க இலக்கியங்களில் சமணத்தைக் காட்டிலும் பௌத்தம் மிகுதியாக ஊடுருவி நிற்பதிலிருந்து இத்தகைய முடிவுக்கு வரலாம்.

இத்தகைய நோக்குநிலையிலிருந்து மணிமேகலையில் பௌத்தம் – முற்கால, பிற்கால நிலைகளை இக்கட்டுரை தொட்டுக்காட்டத் தொடர்கிறது.

பௌத்தக்கால நிலைகள்

- கடவுள் என்ற ஒருவர் இல்லை என்ற புத்தரையே கடவுளாக்கியது மகாயான பௌத்தம்
- புத்தர் – திருமாலின் அவதாரம் – வைணவம்

  புத்தர் – சிவனின் அவதாரம் – சைவம்

- புத்திரின் 'அனான்மவாதம்' – 'ஏகான்மவாதமாகிப்' பின்னாளில் 'அத்துவைதம்' ஆனது. இதனை இராமனுஜர் 'பிரசன்ன பௌத்தம்' என்றார்.

- புத்தரின் அனிச்சாவாதம் நாகார்ஜுனரால் "சூன்ய வாதம்" ஆக்கப்பட்டுப் பின்னாளில் ஆதிசங்கரரால் 'மாயாவாதம்' ஆனது

- புத்தரின் 'அட்டாங்க மார்க்கம்' ஆசவத்தில் 'அட்டமா சித்தி' ஆனது.

சங்க இலக்கியங்களில்...

எட்டுத்தொகை, பத்துபாட்டு நூல்களுள் பௌத்த வழக்காறுகள் மிகுதியாக இடம்பெற்றுள்ள நூல் புறநானூறு ஆகும். சமயம் என்பது தமிழர் மரபின் பகுப்புப்படி புறம் சார்ந்தது. எனவே புறநானூற்றில் சமய வழக்காறுகள் இடம் பெறுவது இயல்பே

புறநானூற்றில் 360–வது பாடலாக அமைந்துள்ள பாடலை இயற்றியவர் பெயர் நமக்குக் கிடைக்கவில்லை. ஆனால், கிடைத்துள்ள பாடலில் பௌத்தச் சார்புடைய சிந்தனைகள் இடம் பெற்றுள்ளமை அறியலாகிறது. (விரிவான விளக்கங் களை இந்நூலாசிரியரின் 'பௌத்தக் கோட்பாட்டு நோக்கில் சங்க இலக்கியம்' என்னும் கட்டுரையில் காண்க.)

ஔவையாரின் புறநானூற்றுப் பாடல் 187 பௌத்த மெய்யியல் – அறவியல் நூலான தம்மபதச் சுலோகம் 98ன் நேரடி மொழிபெயர்ப்பாக உள்ளதைத் தெ.பொ.மீ. மு.கு ஜகந்நாதராஜா ஆகியோர் ஆராய்ந்து நிறுவியுள்ளனர் (மாதவன்.,சு. 2012 : 283–285).

இதேபோல் பௌத்தச் சக்கரமான அசோக தருமச் சக்கரத்தின் வழக்காற்றை ஏற்பதாகப் புறநானூறு 175 ஆம் பாடலும் அதனை மறுப்பதாகப் புறநானூறு 233 ஆம் பாடலும் உள்ளதை சு.மாதவன் ஆராய்ந்து நிறுவியுள்ளார் (மாதவன்.,சு. 2012 : 283–285).

பதினெண்கீழ்க் கணக்கில் பௌத்தக் கடைப்பிடி நெறிகள்

திரிசரணம்	–	மூன்று வணக்கம்
ஆரிய சத்தியம்	–	நான்கு வாய்மைகள்
பஞ்ச சீலம்	–	ஐவகை நெறிகள்
அட்டாங்க மார்க்கம்	–	எண்வகை நெறிகள்
தச சீலம்	–	பத்துக் கடைபிடி நெறிகள்
பிரதீத்ய சமுத்பாதா	–	பன்னிரு சார்பு நெறிகள்

போன்ற பற்பல கடைப்பிடிநெறிகளைத் தன்னகத்தே கொண்டு திகழ்வது பௌத்தம். இவற்றுள் பலவற்றின் சிந்தனைச் சிதறல்களைப் பதினெண்கீழ்க் கணக்கு நூல்களில் பரவலாகக் கண்ணுற முடிகிறது (விரிவான விவரங்களுக்கு, மாதவன்.,சு தமிழ் அற இலக்கியங்களும்பௌத்த சமண அறங்களும், 2008/2017)

பௌத்த பஞ்சசீலம்

கொல்லாமை, கள்ளாமை,பொய்யாமை, காமமின்மை, கள்ளுண்ணாமை ஆகியன பௌத்தப் 'பஞ்ச சீலங்கள்' ஆகும். இவற்றை வலியுறுத்தும் பாங்கை அன்றைய சமணம் உள்ளிட்ட பல சமயங்களும் கொண்டிருந்தன. எனவே, சமூகப் பொதுநெறியாகவும் பௌத்த சமய அறநெறியாகவும் திகழ்ந்த இப் பஞ்சசீலங்களைத் திரிகடுகம், நான்மணிக்கடிகை, சிறு பஞ்சமூலம், ஏலாதி போன்ற பதினெண்கீழ்க்கணக்கு நூல் களும் ஆங்காங்கே பதிவு செய்துள்ளன.

காப்பியங்களில் பௌத்த வழக்காறுகள்

சிலப்பதிகாரத்தில்...

காப்பியங்களில் தமிழ்ச் செவ்விலக்கிய வரிசையில் இடம் பெற்றிருக்கும் நூல்கள் இரண்டு மட்டுமே – சிலம்பும் மேகலையும். இரண்டினுள் சிலப்பதிகாரத்தில் சில

இடங்களில் மட்டும் பௌத்த வழக்காறுகள் பதிவாகியுள்ளன:

1. **"பணையைந்து ஓங்கிய பாசிலைப் போதி**
   ஆணிதிகழ் நீழல் அறவோன் திருமொழி"
   (சிலப். 10: 11–12)

2. **"அந்தர சாரிகள் அறைந்தனர் சாற்றும்**
   இந்திர விகாரம் ஏழுடன் போகிப்..........."
   (சிலப். 10: 11–14)

வரந்தரு காதையில் மங்களமடந்தைக் கோட்டம் என்று குறிப்பிடப்பட்டிருப்பது இன்றைய கமிளி (கேரளா)யிலுள்ள மங்களாதேவி கோட்டமேயாகும். அக்கோட்டத்தில் சாத்தனார் (பாசண்ட சாத்தன்), மங்களா தேவி என்கின்ற பூர்ணகிரி ஆளுடைய நாச்சியார் (பூர்ணாதேவி), புஷ்கலா தேவி ஆகியோருக்குக் கோயில்கள் உள்ளன. இந்த அமைப்பு தாந்தீரிக் அமைப்பு ஏற்பட்டதன் பின்னர் உண்டானது ஆகும் (செல்லன் கோவிந்தன்.,2001 : 147). தமிழகம் முழுக்க இருக்கும் ஐயனார் கோவில்கள் எல்லாம் இந்தப் பௌத்தப் பின்னணியில் உருவானவையாகும்.

மணிமேகலையில்...

மணிமேகலையில் பௌத்தம் என்று தனியே சிந்திக்க வேண்டியதில்லை. ஏனெனில், மணிமேகலையே முழுநிறை பௌத்தக் காப்பியம் ஆகும். இன்னுஞ் சொன்னால் ஒரே நேரத்தில் அது பௌத்தக் கலைக் களஞ்சியமாகவும் பல்சமயக் களஞ்சியமாகவும் திகழ்கிறது.

புத்த வழிபாடு

மஹாயான பௌத்தமும் ஈனயான பௌத்தமும் கலந்த வழிபாட்டு நெறிகள் மணிமேகலையில் காணக்கிடைக் கின்றன:

1. அந்தரத்தில் பறத்தல், உருமாறுதல், தாந்திரீகத்தன்மை கொண்ட உருவ வழிபாட்டு புத்தர்

2. புத்த பாத பீடிகை வணக்கம் – ஹீனயான பௌத்தம்

(செல்லன் கோவிந்தன்., 2001 : 150)

புத்தனை வழிபடத் தொடங்கிய மகாயான பௌத்தத்தில் வைணவநெறிகளான சரணாகதிக்கொள்கை (மணி. 30:3–5) இடம்பெற்றுள்ளது.

"புத்த தன்ம சங்க மென்னும்
முத்திற மணியை மும்மையின் வணங்கி
சரணா கதியாய்ச் சரண்சென் றடைந்தபின்"

(மணி : 30 : 3–5)

சரணாகதியாகிவிட்டால், உள்ளம் நெக்குருகப்பாடி வேண்ட வேண்டுமே? அதுவும் வந்துவிடுகிறது. பௌத்தத்துக்குள், போற்றிப் பாடல்கள் எனப்படும் பாசுரவடிவில் சாத்தனார் ஆங்காங்கே பாடியுள்ளார் :

"எங்கோ னியல் குணனேதமில் குணப்பொருள்
....பாசுரம் –1 (5 : 71–79)

"புலவன் தீர்த்தன் புண்ணியன் புராணன்
....பாசுரம் –2 (5 : 98–105)

"இளவள ஞாயிறு தோன்றியதென்ன"
....பாசுரம் –3 (10 : 11–15)

"மாரனை வெல்லும் வீர நின்னடி"
....பாசுரம் –4 (11 : 61–70)

(கந்தசாமி.,சோ.ந. 1977 : 10–11)

(பௌத்தப் பெண் தெய்வங்கள், ஆண் தெய்வங்கள் குறித்த விரிவான செய்திகளை இந்நூலாசிரியரின் 'தமிழ்ச் செவ்விலக்கியங்களில் பௌத்த வழக்காறுகள்' என்னும் கட்டுரையில் காண்க)

பிற்கால பௌத்தம்

சிறுதெய்வ வழிபாட்டில் மணிமேகலை

- மணிமேகலைதான் அன்னபூரணி

- அன்னம் – உணவு
- பூரணம் – நிறைவு
- அமுத சுரபி – அட்சய பாத்திரம்
- மணிமேகலையின் தெய்வம் – சம்பாதி சிந்தா தேவி, தீவ திலகை
- மணிமேகலா தெய்வம் – கடற்கோவில் தெய்வம்
- மணிமேகலையே தெய்வம் – காமக் காவல் தெய்வம்

- மணிமேகலைக்கும் சம்பாபதிக்கும் கட்டப்பட்டிருந்த கோயில்கள் 7ம் நூற்றாண்டுக்கு பிறகு காளி மற்றும் துர்க்கை கோயில்களாக மாற்றப்பட்டன, *(பிள்ளை.,கே.கே.* Studies in the history of India with special reference to Tamil Nadu, Pp. 514 - 555*)*.

*(பேரா.கேப்டன்.S. கலியபெருமாள், தமிழர் பண்பாட்டில் பௌத்தம், தமிழ்ப் பண்பாட்டில் பௌத்தம், காவ்யா, **2013 : 11**)*.

- சத்திரியனல்லன் எனப்பட்ட கூற்று, நாயனார் *(பௌத்தர்)* நாடாள முடியவில்லை *(தமிழ்ப் பண்பாட்டில் பௌத்தம், காவ்யா, **2013 :12**)*.

பன்னிரு திருமுறை, நாலாயிர திவ்ய பிரபந்தம் இரண்டிலும் பௌத்த, சமணர் மீதான சமயக் காழ்ப்பை மிகுதியாகக் காணலாம்.

தற்கால பௌத்தம்

- பேராசிரியர் லெஷ்மி நரசுவின் நூல் – புத்தத்தின் சாரம் (The Essense of Buddhism)

- பண்டிதர் அயோத்திதாசர் – ஒரு பைசாத் தமிழன், தமிழன் இதழ்கள், புத்தரது ஆதிவேதம் நூல்

- ஜி.அப்பாத்துரையார் – புத்தர் அருள் அறம், கி.பி. *1898* – தென்னிந்திய சாக்கிய பௌத்த சங்கம்

காப்பியங்கள்

- பாரதிதாசன் – மணிமேகலை வெண்பா – 1960 (பின்னர் திரைப்படமானது – 1940, 1960)
- சாம்பசிவனார் – மணிமேகலை நாடகம்
- உ.வே.சா.– மணிமேகலை கதைச் சுருக்கம்
- பெரம்பை முருகேசன் – புத்தர் கலம்பகம் – 1928
- புதுவை சுந்தர சண்முகனார் – கௌதமபுத்தர் காப்பியம் – 1985
- வலம்புரி சோமநாதன் – புத்தர் காவியம் – 2006
- மதுரை செக்காணூரணி புலவர் ப.சங்கரலிங்கம் – புத்தர் காப்பியம்
- முருகுதுரை – புத்தர் காப்பியம் – புத்தர் அறிவுலகம் இதழில் ஏப்.2010ல் வெளியானது.
- பேரா.செ.ஏழுமலை–புத்தர்வரலாறு (புதுக்கவிதையில்)
- கவிஞர் பழனி–சாலியின் மைந்தன் (ஆபுத்திரன் கதை)
- கவிஞர் தொல்காப்பியன் – புவனஜோதி புத்தர், பிள்ளைத் தமிழ்

பௌத்தச் சிறுகதைகள்

- கு.ப.ரா. ஆம்ரபாலி – 1940
- கௌதம நீலாம்பரன் – புத்தரின் புன்னகை – 1969
- மயிலை சீனி. வேங்கடசாமி – பௌத்தக் கதைகள்
- கவிஞர் தமிழ் ஒளி – அன்னமும் அண்ணலும், பொய்ச் சுமை நீக்கிய புண்ணியர், பூம்புகாரில் புரட்சிப் பெண்.

பௌத்தப் புதினங்கள்

- ஸ்ரீ வேணுகோபாலன் – குண்டலகேசி
- கோ.வி. மணிசேகரன் – அஜாத சத்ரு

- ர.சு.நல்ல பெருமாள் – கேட்டதெல்லாம் போதும்

பௌத்த நாடகங்கள்

- பம்பல் சம்பந்த முதலியார் – புத்தாவதாரம் (அ) உலகின் ஒளி
- அ.மாதவையா – சித்தார்த்தன் – 1918
- புலவர் கோ.வில்வபதி – கௌதமபுத்தர் –1965
- பேரா.க.அரங்கசாமி – அம்பாபலி
- கவியோகி சுத்தானந்த பாரதியார் – புத்தர் கருணை, குண்டலகேசி
- நாஞ்சில் ஆனந்தன் – அஜாத சத்ரு – 2003
- துடி – இளைஞர் அமைப்பு – புத்தர் – அங்குலிமாலா – நாடகங்கள் – 2010ல் நிகழ்ந்தன

(பெரும்பாலான நூல் விவரங்கள், ஜெயபாலன்.க., பௌத்த தமிழிலக்கிய வரலாறு, 2014)

முடிவுரை

1. மணிமேகலை ஒரு பௌத்தக் களஞ்சியம் மட்டுமல்ல, அது ஒரு பல்சமயப் பண்பாட்டுக் களஞ்சியமும் ஆகும்.

2. சங்க இலக்கியங்களில் பௌத்தப் பதிவுகள் சிலவே உள்ளன. காப்பியக் காலத்தில் பல காப்பியங்களும் பௌத்தச் சார்புடனே தோன்றியுள்ளன.

3. மணிமேகலைக்குப் பிந்தைய காலத்தில் – அதாவது கி.பி.2முதல் 21ஆம் நூற்றாண்டுவரை தொடர்ந்து பௌத்தப் படைப்புகள் வந்துகொண்டே இருப்பதானது சமூகத்தின் இயக்கச் சமநிலைக்குப் பௌத்தம் தொடர்ந்து தேவைப் பட்டுக்கொண்டே இருக்கிறது என்பதை உலகுக்கு உணர்த்திக் கொண்டே இருக்கிறது.

4. சிறுதெய்வ வழிபாட்டில் அன்னபூரணி முதலான

பல பௌத்தப் பெண்தெய்வங்களின் இருப்பு பௌத்தத்தின் தேவையையும் பயனையும் நல்கிக்கொண்டே இருக்கும்.

பயன்பட்ட நூல்கள்

ஆனந்தராசன்., ஜே. 2007, **பவுத்தமும் பழந்தமிழ்க் குடிகளும்,** அன்றில் பதிப்பகம் 192(14) செகசீவன்ராம் சாலை, சேப் பாக்கம், சென்னை–5

கந்தசாமி., சோ.ந. 1977, **பௌத்தம்,** டாக்டர் எஸ். இராத கிருஷ்ணன் மெய்யுணர்வு மேல்நிலைக்கல்வி நிறுவனம், சென்னைப் பல்கலைக் கழகம், சென்னை.

செல்லன் கோவிந்தன்.,2001, **மணிமேகலையின் காலமும் கருத்தும்,** ஏ.ராஜேஸ்வரி, ஓஐஏ/103, விஸ்வகர்மாபுரம், சித்தூர், பாலக்காடு,கேரளா, – 678 101.

பிக்கு போதிபாலா, ஜெயபாலன்., க. அன்பன்.,இ. 2013 **தமிழ்ப் பண்பாட்டில் பௌத்தம்,** காவ்யா, கோடம்பாக்கம், சென்னை.

மாதவன்.,சு. 2012, **புறநானூற்றில் பௌத்தச் சிந்தனைகள், ஆய்வுச் சிந்தனைகள்,** கருணாகரன்.,ம.(பதி.ஆ) ஐந்தமிழ் ஆய்வாளர் மன்றம், மதுரை.

மாதவன்.,சு. 2008, **தமிழ் அற இலக்கியங்களும் பௌத்த, சமண அறங்களும்,** செம்மொழி, தஞ்சாவூர்.

ஜெயபாலன்.க., 2014, **பௌத்த தமிழிலக்கிய வரலாறு, (20ஆம் நூற்றாண்டு),** தமிழ்நாடு பௌத்த சங்கம், சென்னை–40

Shu Hikosaka., 1989 Buddhism in Tamil Nadu: A New Perspective, Institude of Asian Studies, Chennai.

- செம்மொழிக் கருத்தரங்கம், செம்மொழித் தமிழாய்வு மத்திய நிறுவனம், அரசினர் கலைக்கல்லூரி, திருவாடானை, ஒருங்கிணைப்பாளர் : முனைவர் மு.பழனியப்பன்.
- www.muthukamalam.com கருத்தரங்கக் கட்டுரைகள், *2016* (ISSN 2454 - 1990, UGC Approved No: 64227.

10. மணிமேகலையில்
புத்த பீடிகை - மீட்டுருவாக்கம் - வடிவமைப்பு

'**ப**க்தி' என்ற உணர்வெண்ணச் சிந்தனைக் கருத்துக் கொள் கைக் கோட்பாட்டு மெய்யியல் 'நெறி' என்ற செயல்வடிவுக்கு வந்தே தீரும். இங்கு நெறி எனப்படுவது அறநெறியேயாகும். இத்தகைய இயங்கியல் நெறிப்படி, மணிமேகலை எனும் காப்பியப் பனுவலில் இடம்பெற்றுள்ள புத்த பீடிகையின் வடிவமைப்பை மீட்டுருவாக்கம் செய்வது இந்தக் கட்டுரையின் நோக்கமாகும்.

புத்த பீடிகை மீட்டுருவாக்கம்

ஈனயான, மகாயான பௌத்த பக்தி நடவடிக்கையின்படி, புத்தபீடிகை உள்ளிட்ட வடிவங்களை வழங்குதல் நடைமுறையில் இருந்துவருகிறது. இது ஒரு வகையில், உருவ வழிபாட்டுநெறியை அடிப்படையாகக் கொண்ட வைதிக நெறியை உள்வாங்கியதாகவும் இருக்கலாம். புத்த பீடிகை குறித்த பதிவுகள் மணிமேகலையில் காப்பியம் முழுவதும் இடம்பெற்றுள்ளன. இந்தப் பதிவுகள் பெரும்பாலும் புத்த பீடிகையை வணங்குதல், வலம்வருதல், மணிமேகலை தன் முற்பிறப்பு வரலாறு அறிதல் என்கிற பின்னணிகளில்தான் இடம்பெற்றுள்ளன. புத்த பீடிகை, மன்பெரும் பீடிகை, அரிப் பீடிகை, பீடிகை, தரும பீடிகை, உயர்மணிப் பீடிகை, தேவர்கோனிட்ட மாபெரும் பீடிகை, அங்கப் பீடிகை, பங்கய பீடிகை என்றவாறு ஏராளமான கலைச்சொற்களில் சுட்டப்பெற்றுள்ளன.

பீடிகை குறித்த பல்வேறு கலைச்சொற்களை மணிமேகலை

முழுவதும் காணமுடிகிறது; வழிபாட்டு நிகழ்வுகளைக் காண முடிகிறது. ஆனால் புத்த பீடிகை எந்த வடிவத்தில் இருந்தது என்பது குறித்த வடிவ விவரணை காப்பியத்தில் ஒரே ஒரு இடத்தில் மட்டுமே இடம்பெற்றுள்ளது. அதுவும் எட்டாவது காதையானது மணிபல்லவத்துத் துயருற்ற காதை என்ற காதையில் இடம்பெற்றுள்ளது. இது குறித்த மீட்டுருவாக்க ஆய்வை இதுவரை எந்த பௌத்த ஆய்வுநூல்களிலும் காண இயலவில்லை. இந்தக் கட்டுரையாளர் இந்தக் கட்டுரைக்கான முயற்சியின் ஊடாக கண்டறிந்துள்ள வடிவமைப்பு மீட்டரு வாக்கம் பின்வரும் பாடலை அடிப்படையாகக் கொண்டுள்ளது:

"ஐயா வோவென் றழுவோண் முன்னர்
விரிந்திலங் கவிரொளி சிறந்துகதிர் பரப்பி
உரைபெறு மும்முழ நிலமிசை யோங்கித்
திசைதொறு மொன்பான் முழுநில மகன்று
விதிமா ணாடியின் வட்டங் குயின்று
பதும சதுர மீமிசை விளங்கி
அறவோற் கமைந்த வாசன மென்றே
நறுமல ரல்லது பிறமரஞ் சொரியாது
பறவையு முதிர்சிறை பாங்குசென் றதிராது
தேவர்கோ னிட்ட மாமணிப் பீடிகை
பிறப்புவிளங் கவிரொளி யறத்தகை யாசனம்

(8 : 43–53)

....

பெருந்தவ முனிவ னிருந்தற முரைக்கும்
பொருவது சிறப்பிற் புரையோ ரேத்தும்
தரும பீடிகை தோன்றிய தாய்கென"

(8 : 61–63)

இப்பாடலில் மணிமேகலை வணங்கிய புத்த பீடிகை எந்தெந்த வடிவமைப்பில் இருந்தது என்பது தெளிவாகப் படம் பிடித்து காட்டப்பட்டுள்ளது.

உயரம் – 3 முழம்

நாலு திசையிலும் அகலம் – 9 முழம்

வடிவம் – வட்டம்

வட்டத்திற்குள் தாமரை மலர்

தாமரை மலருக்குள் அல்லது தாமரை மலர்முன்பு

சதுர வடிவில் ஒரு ஆசனம் (பலகை)

அந்த ஆசனத்தில் தியான நிலையில் புத்தர்

பீடிகை முழுவதும் மாணிக்கத்தால் ஆனது

மேற்கண்ட வடிவமைப்பில் மணிமேகலை வணங்கிய புத்த பீடிகை இருந்ததெனச் சீத்தலைச்சாத்தனார் வார்த்தை ஒளிப்படம் பிடித்துள்ளார். இந்த விவரணை அடிப்படையில் ஒரு புத்த பீடிகையை மீட்டுருவாக்கி–வடிவமைத்து– புத்த கலைக்கூடம் ஒன்றில் காட்சிப்படுத்தலாம் (மாதிரி வடி வமைப்பு தனித்தாளில்). இவ்வாறு காட்சிப்படுத்தினால், தமிழகத்தின் புத்த பீடிகைச் சிற்பக்கலை நுட்பம் உலக அளவில் துலங்கும்.

இந்திய அளவிலும், உலக அளவிலும் இதுபோன்றதொரு புத்த பீடிகை எங்கேனும் உள்ளதா என்பதைச் சிற்பக்கலை ஆய்வறிஞர்கள் கண்டறிந்து இந்த மணிமேகலையின் வார்த்தை வடிவில்தான் உள்ளதென முடிவு செய்தால் இந்தக் கலை தமிழகத்திலிருந்துதான் உலகம் முழுவதும் பரவியிருக்க கூடும் எனவும் எண்ண இடமுள்ளது.

ஆய்வு நெறிநூல்கள்

கந்தசாமி.,சோ.ந. ***பௌத்தம்,*** டாக்டர் எஸ்.இராதகிருஷ் ணன், மேல்நிலை மெய்யுணர்வு கல்வி நிலையம், சென்னை, 1977.

மாதவன்.,சு. ***தமிழ் அற இலக்கியங்களும் பௌத்த சமண அறங்களும்,*** செம்மொழி, தஞ்சாவூர், 2008.

மாதவன்.,சு. ***தமிழ்ச் செவ்விலக்கியங்களில் பௌத்த வழக்காறுகள்,*** செம்மொழி கருத்தரங்கம், திராவிட

பல்கலைக்கழகம், குப்பம், 2014.

- பன்முகப் பார்வையில் பௌத்தக்கலை – தேசியக் கருத்தரங்கம், சிற்பத்துறை தமிழ்ப்பல்கலைக் கழகம், தஞ் சாவூர், புத்தர் ஒளிப் பன்னாட்டுப் பேரவை, சென்னை, தம்ம விஜயவிகாரை, மதுரை, ஒருங்கிணைப்பாளர்: முனைவர் வி.லதா, 04.12.2015.

- அரிமாநோக்கு–பன்னாட்டுக் காலாண்டிதழ்,.......பக் 20–22 12:1, ஏப்ரல் 2018, ISSN 2320 –4842, யுஜிசி அறிந்தேற்புப் பெற்ற இதழ்.

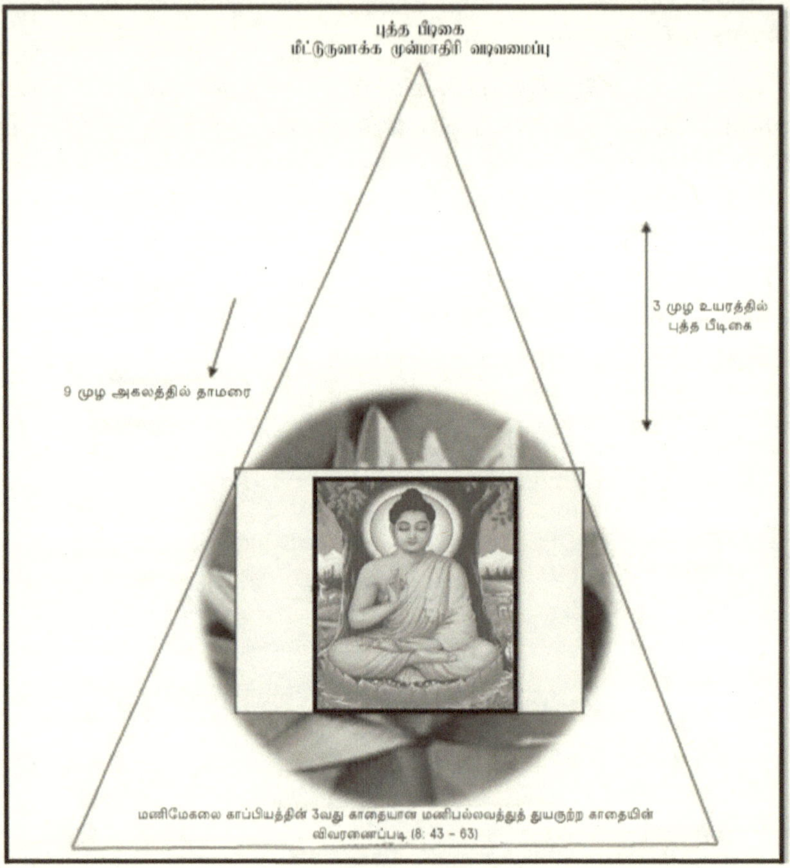
புத்த பீடிகை
மீட்டுருவாக்க முன்மாதிரி வடிவமைப்பு
3 முழ உயரத்தில்
புத்த பீடிகை
9 முழ அகலத்தில் தாமரை
மணிமேகலை காப்பியத்தின் 3வது காதையான மணிபல்லவத்துத் துயருற்ற காதையின்
விவரணைப்படி (8: 43 - 63)

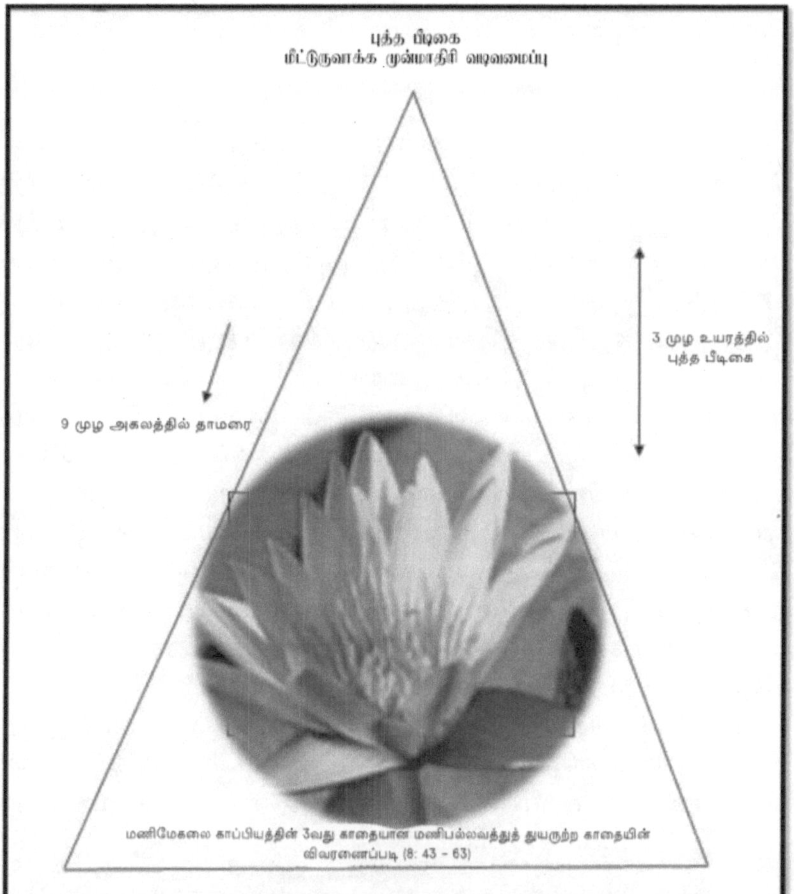
புத்த பீடிகை
மீட்டுருவாக்க முன்மாதிரி வடிவமைப்பு
3 முழ உயரத்தில் புத்த பீடிகை
9 முழ அகலத்தில் தாமரை
மணிமேகலை காப்பியத்தின் 3வது காதையான மணிபல்லவத்துத் துயருற்ற காதையின் விவரணைப்படி (8: 43 - 63)

11. மணிமேகலையில் பௌத்தப் பக்திநெறி

அறவழிப்பட்ட பக்தியைப் 'பக்திநெறி' என இங்கு பொருள் கொள்ளப்படுகிறது. வெறும் பக்தி எல்லாம் பக்தி நெறி எனும் பெயரில் அழைக்கத்தான் அல்ல. பக்தி என்பது அகவயப்பட்டது; நெறி என்பது புறவயப்பட்டது. முன்னது சிந்தனை; பின்னது செயல். உணர்வு, எண்ணம், சிந்தனை, கருத்து, கொள்கை, கோட்பாடு, மெய்யியல் என முறைவழிப்படூஉம் எல்லாம் செயல்வழிப்படூஉம் என ஆகும்போதுதான் அவை 'நெறி' எனப் பெயர்பெறும் தகுதியைப் பெறுகின்றன. இல்லையெனில், அவை வெறு மனே அகவயப்பட்டவையாகவே இருந்துவிடும். ஆனாலும் கூட, அகவயப்பட்ட எந்த ஒன்றும் புறவயப்படாமல் இருந்து விடாது. ஏனெனில், புறத்தின் – பொருளின் – நிகழ்வின் தாக்கத்தால்தான் அகம் உணர்வைப் பெறுகிறது; எண்ணத்தை வளர்க்கிறது; சிந்தனையைப் பெருக்குகிறது; கருத்துக்களை உருவாக்குகிறது; கொள்கைகளை வடிவமைக்கிறது; கோட் பாடுகளைக் தகவமைக்கிறது; மெய்யியலை வளர்க்கிறது. இந்த நோக்குநிலையில், "புறமில்லாமல் அகமில்லை; அகமில்லாமல் புறமில்லை" எனும் தருக்க இயைபை உரு வாக்கிக் கொள்ள வேண்டியுள்ளது.

எனவே, 'பக்தி' என்ற உணர்வெண்ணச் சிந்தனைக் கருத்துக் கொள்கைக் கோட்பாட்டு மெய்யியல் 'நெறி' என்ற செயல் வடிவுக்கு வந்தே தீரும். இங்கு நெறி எனப்படுவது அறநெறியேயாகும். இத்தகைய இயங்கியல் நெறிப்படி, மணிமேகலை எனும் காப்பிய பனுவலில் இடம்பெற்றுள்ள பௌத்தப் பக்திநெறிக் கூறுகளை வெளிக்கொணர இக் கட்டுரை முயல்கிறது.

பக்திநெறி

'பக்திநெறி' என்பது மெய்யியலுக்கும் செயலியலுக்குமான உயிரிழைத் தருக்க இயைபைக் கொண்டது. 'பக்தி' என்பது பற்றுதல்; 'நெறி' என்பது பின்பற்றுதல். 'பக்திநெறி' என்பது பற்றிப் பின்பற்றுதல் என்பதாகிறது.

பௌத்தப் பக்திநெறி

இந்துமதம் உட்பட எல்லா மதங்களுமே இறைவனை முன்னிட்டு பக்தியை வளர்க்கின்றன. பௌத்தமோ, செயன்மையை முன்னிட்டு பக்தியை வளர்க்கிறது. இந்தச் செயன்மை புத்தனை முன்னிட்டு அல்ல என்பது பௌத்தப் புரிதல். இது தொடக்க கால நிலை. ஆனால், காலப்போக்கில் புத்தனை வழிபடுதல் என்ற நிலைக்குப் பௌத்தமும் வந்து சேர்ந்துவிட்டது.

இன்னும் சில செய்திகளை இந்த இடத்தில் தெரிந்து கொண்டு தெளிவுபடுத்திக் கொள்ள வேண்டும்.

1) உலகில் அறிவை முன்னிறுத்திய முதல் மதம் பௌத்தம்:

"புத்தம் சரணம் கச்சாமி –
அறிவைப் பின்பற்றுவதென உறுதி ஏற்கிறேன்
தம்மம் சரணம் கச்சாமி –
நெறியைப் பின்பற்றுவதென உறுதி ஏற்கிறேன்
சங்கம் சரணம் கச்சாமி –
சங்கத்தைப் பின்பற்றுவதென உறுதி ஏற்கிறேன்"

2) எந்த ஓர் இடத்திலும் 'கடவுள் உண்டா' எனும் வினாவுக்குப் புத்தர் விடை பகன்றாரில்லை. இதன் உட்கிடை, "இல்லாத கடவுளைச் சிந்திப்பது வீண்வேலை" என்பதாகும்.

3) "மனிதரை வெளியிலே உள்ள யாருமே (External Agencies) முன்னேற்ற முடியாது. மனிதன் தன்னாலேதான் உயரவேண்டும். தன் முயற்சியும் தன்னொழுக்கமும் மனித முயற்சிக்கு அடிப்படையாகும் என்றும் மனப் பண்பாடுதான்

வாழ்க்கையின் இலட்சியம் என்றும் வழிகாட்டியவர் புத்தர் பிரான்''

(கந்தசாமி., சோ.ந.1977 :1)

ஆனாலும், பௌத்தமும் பிற சமய நடவடிக்கைகளை ஒத்த சில நடைமுறைகளைப் பின்பற்றத்தான் செய்தது. ஒரே ஒரு சிறப்புக் கூறு பௌத்தத்துக்கு உண்டு. அது பக்தியை நெறிப்பட்ட நிலையில் நடைமுறைப்படுத்தியதுதான் அச் சிறப்புக் கூறாகும்.

எல்லாச் சமயங்களும் பக்தியில் தொடங்கி நெறியை வந்தடைந்தன; வந்தடையவில்லை. பௌத்தமோ நெறியில் தொடங்கி பக்திக்கு வந்தடைந்துள்ளது. எனவே, பொருத் தமான தருக்க இயைபைக் கொண்டதாகப் பௌத்தப் புகழ் நெறி விளங்குகிறது. இத்தகைய பக்திநெறியை மணிமேகலை மிகச் சிறப்பாகப் பதிவுசெய்துள்ளது.

ஹீனயானத்தில் பௌத்தப் பக்திநெறி

புத்தரே கடவுளை ஏற்றுக்கொள்ளாததால் புத்தரது காலம் வரை கடவுள் பக்தி போன்ற பான்மை இடம்பெறாமல் பார்த்துக் கொண்டார். எனவே, புத்தர் வரையறுத்தபடி,

''புத்தர் சரணம் கச்சாமி'' என்பதே நீடித்து வந்தது. புத்தரது காலத்துக்குப் பிறகு அவரது போதனைகள் சீடர்களால் தொகுக்கப்பட்ட பின்பு,

''புத்தம் சரணம் கச்சாமி'' என்பது நடைமுறைக்கு வந்து விட்டது.

புத்தர் தோன்றும் முன் அறம் மங்கிக்கிடந்த சமூகத்தில் புத்தர் தோன்றிய பின்பு அறநெறி செழித்து வளரத் தொடங்கியது. மனிதர்களை நால்வர்ணவழிப் பாகுபாட்டுள்ளும் மனிதரில் ஒரு பகுதியினரை மனிதராகவே கொள்ளாமல் 'பஞ்சமர்' என்ற இழிபாகுபாட்டுக்குள்ளும் வைத்திருந்த சமூகத்தில், 'அனைவரும் மனிதரே' என்ற பொதுநிலையில் வைத்துப் போற்றிய சமயமாகப் பௌத்தம் ஒளிர்ந்தது; மிளிர்ந்தது. இந்திய மனிதருள் பெரும்பான்மை அல்லது ஒற்றைப்

பெரும்பான்மை என்ற நிலையிலிருந்த பஞ்சமர், பௌத் தத்தைக் கொண்டாடி ஏற்றனர்.

பஞ்சமரை மனிதராகக்கூட ஏற்காத பிரமாணீய இந்துமதச் சனாதனச் சகதிக்குள்ளிருந்து மீட்டெடுத்துச் சமத்துவமாக நடத்தியது பௌத்த சங்கம். பௌத்தத்தை அடித்தட்டு மக்கள் அனைவரும் கொண்டாடினர். அவர்களது ஏற்புயர்வுநிலைக் கொண்டாட்டத்தின் செயல்வடிவமாகப் புத்தரை ஒரு இரட்சகர் – மீட்பர் என்ற நிலையில்வைத்துப் பார்த்ததன் விளைவே புத்தரைக் கடவுள் நிலையில் வைத்துப் பக்திப் பரவசத்துடன் போற்றவைத்தது. இத்தகைய பின்னணியில் உருவானதே ஹீனயான பௌத்தப் பக்திநெறி.

மகாயானத்தில் பௌத்தப் பக்திநெறி

உலகம் கடவுளால் படைக்கப்பட்டது; இயக்கப்படுகிறது என்ற பல்வேறு மதங்களும் சொல்லிவருவது என்பது நம் பிக்கை சார்ந்தது. உலகம் கடவுளால் படைக்கப்படவில்லை; ஆனால் உலகின் சமத்துவப் பண்பாட்டு நடைமுறை புத்தரால் படைக்கப்பட்டது என்று பௌத்தம் சொல்லிவருவது என்பது தன்னம்பிக்கை சார்ந்தது. இத்தகைய அணுகுமுறையில், ஹீனயானத்தைவிட மகாயானம் செழித்து நின்றது. புத்தரைக் கடவுள் வைத்துப் பார்க்கத் தொடங்கிய ஹீனயானப் பார்வையைக் கடந்து புத்தரைக் கடவுளாகவே வைத்துப் பார்க்கும் பார்வையை மகாயானம் தொடங்கி வைத்தது.

பௌத்த பக்திப் பாசுரங்கள்

மணிமேகலையில் சில பகுதிகள் புத்தரைப் போற்றும் பாசுரங்களாக அமைந்துள்ளன. வைணவ நெறிக்குரிய பிரபத்தி (சரணாகதம்) கொள்கை மகாயான பௌத்தத்தில் சிறப்பிடம் பெற்றது.

(கந்தசாமி.,சோ.ந.1977 : 10)

பாசுரம் –1

“எங்கோ னியல்குண னேதமில் குணப்பொருள்

....

தகைபா ராட்டுதல் அல்லது யாவதும்
மிகை நாவில்லேன்''

(5:71–79)

பாசுரம் –2

"புலவன் தீர்த்தன புண்ணியன் புராணன்

....

ஆயிர வாரத் தாழியந் திருந்தடி
நாவா யிரமிலே னேத்துவ தெவனென்''

(5: 98–105)

பாசுரம் –3

"இளவள ஞாயிறு தோன்றிய தென்ன

....

பூமிசை யேற்றினேன் புலம்பறு கென்றே''

(10:11–15)

பாசுரம் –4

"மாரணை வெல்லும் வீர நின்னடி

....

உரகர் துயர மொழிப்போய் நின்னடி''

(11:61–70)

பாசுரம் –1 புத்தரை வணங்க வேண்டியதன் காரணங்களை எடுத்துரைக்கிறது.

பாசுரம்–2 புத்தரைப் புகழ அவரை என்னென்ன பெயர் களிலெல்லாம் விளிக்கலாம் என்பதைக் கூறுகிறது.

பாசுரம் – 3 ஞாயிறால் இவ்வுலகம் விளக்கமுறுவதுபோல் புத்த ஞாயிற்றொளி திகழ்கிறது என்பதை விதந்தோதுகிறது.

பாசுரம்–4 எத்தகைய பயனுறு புதுமை, புரட்சிகளை யெல்லாம் புத்தர் செய்தருளினார் என்பதையெல்லாம் எடுத் துரைப்பதோடு அவன் திருப்பாதங்களை எவ்வாறெல்லாம் வாயாரப் பாடிப் போற்றலாம் எனப் பட்டியலிடுகிறது.

இப் பாசுரங்கள் அனைத்தும் புத்தரைக் கடவுளாகப்

பாவித்துச் சேவித்து கூவித் துதிப்பது என்ற பக்திப் பரவச நிலையை உருவாக்குவதை நோக்கமாகக் கொண்டு பாடப் பட்டுள்ளன.

புத்தரின் புனிதத் தலங்கள்

காவிரிப்பூம்பட்டினம், இந்திர விகாரம், புத்தர் கோயில் (புலவோன் கோவில், மணி. 19 : 5). மணிபல்லவம், இரத்தினத் தீவம் (11:21), இலங்காத் தீவம் (28:107), கிழக்கிந்தியத் தீவுகள் – நாகபுரம் (25: 1–6), வஞ்சி, காஞ்சி, மதுரை, பாதபங்கயமலை ஆகியன புத்தரின் புனிதத் தலங்களாகத் திகழ்கின்றன. இந்தத் தலங்களிலெல்லாம் பௌத்தத் தெய்வங்களுக்குக் ‘கூட்டு வழிபாடு’ நிகழ்த்தப்படுகின்றன. இங்கு சென்று வழிபட்டு வருவதைப் பெறும் பேறாகவும் அவ்விடங்களைப் புண்ணியம் பெறும் இடமாகவும் கருதுகின்றனர். இத்தகைய நடவடிக்கை பக்தியின் ஒரு பகுதி வெளிப்பாடாகும். புத்த பீடிகை வணங்கங்களும் மலர்தூவி வழிபடும் வழிபாட்டு முறையும் பக்தி நடவடிக்கையாகும்.

நம்பிக்கைகள்

பக்தியின் பிரிக்கஇயலாத பண்பு நம்பிக்கை. நரகம், சொர்க்கம், லோகங்கள், பேய் உலகு, அசுரர் உலகு, தேவரின் அறுவகை உலகு என்ற நம்பிக்கைகள் மகாயான பௌத்தத்தில் மிகுதியாகக் காணப்படுகின்றன.

புத்தர் எடுத்த பிறவிகள்

புத்தர் எடுத்த விலங்குப் பிறவிகள் – முயல், குரங்கு, களிறு, மான், நாய், நாகம், தவளை, மீன், மரத்திலுறையுங் கடவுள், பன்றி, மடங்கல், சேவல் ஆகியன.

புத்தர் எடுத்த மனிதப் பிறவிகள் – துறவி 83 முறை, அந்தணன்–24, அரசன்–58, கள்வன்–2, சூதன்–1, வெறியாடுபவன்–1 ஆகியன

(கந்தசாமி., சோ.ந. 1977 : 101 – 102)

எல்லா உயிர்களிலும் புத்தர் இருக்கிறார்; எல்லா உயிர்களாகவும் புத்தர் இருக்கிறார்; எல்லா உயிர்களுக்காகவும் புத்தர் இருக்கிறார் என்ற பக்தி நம்பிக்கையை இவை விதைக்கின்றன. மனிதப் பிறவிகளில் துறவியாக 83 முறை எடுத்துள்ளதாகக் குறிப்பிடப்படுவது புத்தரைக் கடவுளாகக் கொண்டாடினாலும் புத்தரின் துறவுநெறியின் மேன்மைக்குக் கட்டியங் கூறுகிறது.

பௌத்தச் சிறுதெய்வங்கள்

பௌத்த வாழ்வியலின் முன்மாதிரிகளாகப் பௌத்த தெய்வங்கள் விளங்குகின்றன. ஹீனயான பௌத்தத்தில் இல்லாத இந்த தெய்வ உருவாக்கங்கள் மகாயான பௌத்தத்தால் உருவாக்கப்பட்டவை. மணிமேகலைக் காப்பியத்தில் மணிமேகலா தெய்வம் உட்பட பல தெய்வங்கள் இடம் பெற்றுள்ளன.

பெண் தெய்வங்களாவன

மணிமேகலா தெய்வம், தீவதிலகை, சம்பாபதி, மணி மேகலை, சிந்தாதேவி, கந்திற்பாவை, கண்ணகி ஆகியோர்.

ஆண் தெய்வங்களாவன

புத்தன், இந்திரன், சாத்தன், தருமராசன், அறவணஅடிகள், புண்ணியராசன், சங்க தருமன், கோவலன், மாரன் ஆகியோர்.

பெண் தெய்வங்களில் மணிமேகலா தெய்வம் கடற் தெய்வமாக வழங்கப்படுகிறது. அதிலும் கடல்திசை காட்டும் தெய்வமாக இயங்குகிறது. **மணிமேகலைக் காப்பியத்தினதும் பௌத்த சமயத்தினதுமான முதன்மை நோக்கம் பசி ஒழிப்பே.** இந்தப் பசி ஒழிப்புக்கு உரிய அமுதசுரபியை மணிமேகலைக்குச் சொன்னது இந்த மணிமேகலா தெய்வமே. கடலில் தத்தளிப் போருக்குத் திசைகாட்டுவது போலப் பசியில் துன்புறு வோர்க்கு உணவுதந்து பசியமர்த்தும் கலங்கரை விளக்கமாக மணிமேகலை தானே விளங்குகிறாள்.

எல்லாவற்றிற்கும் மேலாக, தமிழ்ச் சமூகம் கண்ணகியை எவ்வாறு இன்றும் கொண்டாடி வருகிறதோ அவ்வாறே மணிமேகலையையும் தெய்வமாகக் கொண்டாடி வருகிறது என்பது கண்கூடு. தமிழகத்தில் பரவலாகவும் வணிகப் பகுதிகளாலும் மிகுதியாகவும் இடம்பெற்றுள்ள 'அன்னபூரணி' வழிபாடு மணிமேகலை வழிபாடேயாகும். அன்னம் – உணவு, பூரணம் – நிறைவு. அன்னத்தை அமுதசுரபியில் பூரணமாய்ப் பெற்றிருந்தவள் என்பதால் மணிமேகலை, அன்னபூரணி யானார். இன்றும் தமிழகத்தில் (சிறப்பாக, புதுக்கோட்டை) திகழ்ந்துவரும் அன்னதான நடவடிக்கைகளில் முன்னோடி மணிமேகலையே ஆவாள்.

முடிவுகளாக...

அன்னபூரணி வழிபாடாக இன்றும் நீடித்திருக்கும் பௌத்தப் பக்திநெறி பிற மதங்களைப்போல் வழிபட்டு விட்டு எவ்வாறேனும் வாழலாம் என விட்டுவிடுவதில்லை பௌத்தம். பிற மதங்களில் உள்ள பக்தி நடவடிக்கைகளை உட்செறித்துக் கொண்டபோதிலும் அறநெறியைப் பற்றியொ ழுகுவதும் சமத்துவம் பேணுவதுமான போக்குகளிலும் பௌத் தத்திற்கு நிகரான வேறொரு மதம் உலகில் இல்லை எனலாம்.

பக்தி நடவடிக்கைகளில் மூழ்கியுள்ள இந்து மக்களை மீட்டெடுக்கும் நடைமுறை உத்தியாகவும் பௌத்தப் பக்திநெறி திகழ்கிறது எனலாம்.

ஆய்வு நெறிநூல்கள்

கந்தசாமி.,சோ.ந., ***பௌத்தம்,*** டாக்டர் எஸ். இராதகிருஷ் ணன், மேல்நிலை மெய்யுணர்வு கல்வி நிலையம், சென்னை, 1977.

மாதவன்.,சு, ***தமிழ் அற இலக்கியங்களும் பௌத்த சமண அறங்களும்,*** செம்மொழி, தஞ்சாவூர், 2008.

மாதவன்.,சு, ***தமிழ்ச் செவ்விலக்கியங்களில் பௌத்த***

வழக்காறுகள், செம்மொழி கருத்தரங்கம், திராவிட பல்கலைக் கழகம், குப்பம், *2014*.

- *பக்தியும் அறமும் – தேசியக் கருத்தரங்கம்,*

ஒருங்கிணைப்பாளர்: முனைவர் பு.சக்திவேல், முனைவர் கோ.சந்தானமாரியம்மாள் (பதிப்.ஆ.), பாவை பப்ளிகேசன்ஸ், சென்னை, மே ***2015****, பக்.****150–156****, மிஷிஙிழி* ***978 – 93 – 85283–307****.*

அறம் பதிப்பகத்தின் புத்தகங்கள்

3/582, முல்லைத் தெரு, கஸ்தூரிபாய் நகர்,
TNHB எதிரில், முள்ளிப்பட்டு கிராமம் & அஞ்சல்,
ஆரணி வட்டம், திருவண்ணாமலை மாவட்டம் – 632316
செல்: 9150724997, மின்னஞ்சல்: arampublication50@gmail.com

சுற்றுச்சூழல்

1. நடுங்கும் நிலம் நடுங்கா மனம்
மா.அமரேசன் — ரூ. 130
2. கண்ணுக்குப் புலப்படாத தண்ணீரும் புலப்படும் உண்மைகளும்
மா.அமரேசன் — ரூ. 50
3. சுற்றுச்சூழலும் சாதியப் புனிதமும்
மா.அமரேசன் — ரூ. 100
4. சுற்றுச்சூழலும் புத்த சமயமும்
மா.அமரேசன் — அச்சில்

கட்டுரைகள்

5. சேரி ரெண்டுபட்டால்
மா. அமரேசன் — ரூ. 100
6. நிலமெனும் ஆயுதம்
ஐ.ஜா.ம. இன்பகுமார் — ரூ. 250
7. எழுத்தில்லா புத்தகம்
கெங்கைகுமார் — ரூ. 200
8. சொற்களால் நெய்யப்பட்ட சவுக்கு
யாழன் ஆதி — ரூ. 150
9. அதோ அந்தபள்ளிக்கூடந்தான்
மா. சுரேஷ் — ரூ. 100
10. தெய்வகடிஞை
பேரா. ஜெயபிரகாஷ் — அச்சில்
11. கேரளாவில் பௌத்தம்
பேரா. ஜெயபிரகாஷ் — அச்சில்
12. தமிழும் பிராகிருதமும்
பேரா. ஜெயபிரகாஷ் — அச்சில்
13. மீட்சி பெறும் ஆதி புத்த அரசன்
'வீர சாத்தன் வரலாறு' – Dr. சா.சீ.ஜோதிமணி — அச்சில்
14. சுவாமி சகஜானந்தா
அ. அன்பானந்தன் — அச்சில்

அயோத்திதாசர்

15. ஆத்திசூடி மீள் வாசிப்பு
மா.அமரேசன் — ரூ. 240
16. ஆதிதிராவிடர் கட்டமைத்த அறிவுத்தளம்
பேரா.செ.கலியபெருமாள் — ரூ. 260
17. பெரியாருக்கு முன் அயோத்திதாசப் பண்டிதர் எழுத்துச் சீர்திருத்தம் ஓர் ஆய்வு
அ. அன்பானந்தன் — ரூ. 50

18. திருக்குறள் மீட்டெடுப்பில் பண்டிதமணி அயோத்திதாசர் பணிகள்
அ. அன்பானந்தன் ரூ. 130
19. பன்முக ஆளுமை பண்டிதர் அயோத்திதாசர்
சீமான். இளையராஜா அச்சில்
20. பௌத்தப் பண்டிகைகள்
சீமான். இளையராஜா அச்சில்
21. தமிழன் கடிதங்கள் தொகுப்பு – 1
பேரா. விஜயகுமார் அச்சில்
22. கொன்றைவேந்தன் மீள் வாசிப்பு
மா.அமரேசன் அச்சில்

திரைத்துறை

23. இளையராஜாவின் இசைப் பாடல்களில் புத்தச் சமயக் கோட்பாடுகள்
மா.அமரேசன் ரூ. 200
24. மகாமுனி – திரைக்கதை
சாந்தகுமார் ரூ. 390
25. சிவாஜி கணேசனின் மார்லன் பிராண்டோ உடனான ஓர் சமர்
ம. தொல்காப்பியன் ரூ. 100

கதைகள்

26. கிச்சிலிப் பயமாட்டம் பொண்ணு
பேரா. ஏ. மாரிமுத்து ரூ. 330
27. கணவன் சொன்ன கதைகள்
க.இ. ஆரோன் ஜோஸ்வா ரூஸ்வெல்ட் ரூ. 220
28. கூடிப்பேசும் பூக்கள்
மா. சுரேஷ் ரூ. 130

கவிதைகள்

29. தம்மபதம்
யாழன் ஆதி ரூ. 210
30. காலி கோப்பையும் தானாய் நிரம்பும் தேனீரும்
யாழன் ஆதி ரூ. 110
31. போதலின் தனிமை
யாழன் ஆதி ரூ. 150
32. நெடுநல்வாடான்
யாழன் ஆதி ரூ. 50

சுயசரிதை

33. புலிப்பால்
பேரா.செ.கலியபெருமாள் ரூ. 360

இந்த பட்டியலில் உள்ள புத்தகங்களை வாங்க விரும்புவோர் கீழ்காணும் G Pay QR codeஐ ஸ்கேன் செய்து உரிய பணம் செலுத்திவிட்டு, அந்த ரசீது, புத்தகத்தின் பெயர், உங்கள் முகவரி ஆகியவற்றை **91507 24997** என்ற வாட்ஸ்அப் எண்ணுக்கு அனுப்பினால் புத்தகங்கள் அனுப்பி வைக்கப்படும். தபால் செலவு இலவசம்.

G Pay
accepted here

ma. amaresan
+91 91507 24997

9150724997@okbizaxis

www.ingramcontent.com/pod-product-compliance
Lightning Source LLC
LaVergne TN
LVHW060113051026
849517LV00007B/2292
* 9 7 8 9 3 9 1 4 8 0 1 0 3 *